DIAMOND QUIZ SERIES

सर्व महाविद्यालयीन विद्यार्थ्यांना, स्पर्धा परीक्षा व सामान्य ज्ञानासाठी उपयुक्त

डायमंड

क्विझ सीरिज

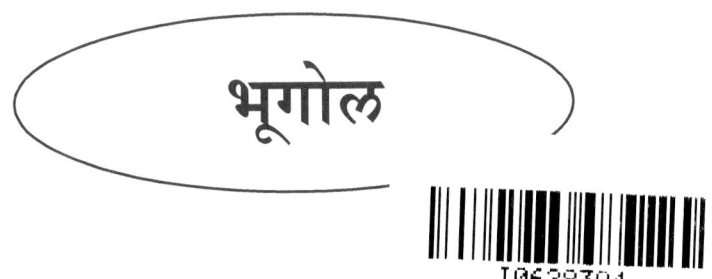

भूगोल

प्रा. जॉन्सन बोर्जेस

डायमंड पब्लिकेशन्स

डायमंड क्विझ सीरिज : भूगोल

प्रा. जॉन्सन बोर्जेस

डायमंड प्रथम आवृत्ती – २०१०

ISBN 978 - 81- 8483 - 330-0

© डायमंड पब्लिकेशन्स, पुणे

अक्षरजुळणी :
अक्षरवेल, पुणे

मुखपृष्ठ :
शाम भालेकर

प्रकाशक :
डायमंड पब्लिकेशन्स
१२५५, सदाशिव पेठ, लेले संकुल
पहिला मजला, निंबाळकर तालमीसमोर
पुणे ४११ ०३०. ☎ ०२० – २४४५२३८७
diamondpublications@vsnl.net
www.diamondbookspune.com

प्रमुख वितरक :
डायमंड बुक डेपो
६६१, नारायण पेठ, अप्पा बळवंत चौक
पुणे ४११ ०३०
☎ ०२० – २४४८०६७७

सदर 'डायमंड क्विझ सीरिज' साठी Authorspress प्रकाशनाच्या 'Master yourself with quizzes' - या पुस्तकांचा संदर्भ म्हणून उपयोग करण्यात आला आहे.

मनोगत

कोणत्याही विषयाचे ज्ञान अवगत करण्याचा एक सरळ उपाय म्हणजे त्या विषयावरील प्रश्नमंजूषा. प्रचलित भाषेत यालाच आपण क्विझ असे म्हणतो. क्विझच्या माध्यमातून विषयाचे ज्ञान अवगत करण्यासाठी आपल्या ठायी एक गुण असणे अत्यावश्यक असतो आणि तो गुण म्हणजे उत्सुकता थोडक्यात क्विझ आणि उत्सुकता या दोन बाबी परस्परांशी एकरूप अशा असतात.

छोट्यांपासून मोठ्यांपर्यंत तसेच विद्यार्थ्यांपासून सर्वसामान्यांपर्यंत क्विझ हा सर्वांच्याच उत्सुकतेचा विषय बनलेला आहे. हीच बाब केंद्रस्थानी ठेवून डायमंड पब्लिकेशन्सने दहा विभिन्न विषयांवरील क्विझ पुस्तकांच्या शृंखलेचा जो उपक्रम हाती घेतला, त्यासाठी सर्वप्रथम मी डायमंड पब्लिकेशन्सचे श्री. दत्तात्रय पाष्टे यांचा आभारी आहे.

या मनोगताच्या सुरुवातीलाच मी उत्सुकतेचा उल्लेख केलेला आहे. उत्सुकता वाढली तरी तिची पूर्तता करण्यासाठी साहित्य हवे. ते मराठीत हवे, सोप्या भाषेत हवे, समजण्यासाठी सुलभ हवे. मराठीत असे साहित्य उपलब्ध करून देण्यासाठी काही प्रयत्न होत आहेत. त्यांतीलच हा एक प्रयत्न आहे.

दहा पुस्तकांच्या या शृंखलेद्वारा त्या त्या विषयावरील सर्वसमावेशक ज्ञान देण्याचा एक प्रामाणिक प्रयत्न केला आहे. असे करताना अद्ययावत माहिती व उत्तरांची विश्वासार्हता यांना अत्यधिक महत्त्व दिले गेले आहे.

या शृंखलेतील दहा विषयांचे निर्धारण करताना श्री. दत्तात्रय पाष्टे यांनी ही शृंखला सर्वसमावेशक कशी होईल, याचा आवर्जून विचार केला आणि त्यासाठी ते प्रशंसेस पात्र आहेत.

श्री. दत्तात्रय पाष्टे यांच्या विचारसरणीतून या शृंखलेमध्ये इतिहास, भूगोल, अर्थशास्त्र, क्रीडा, प्रसिद्ध व्यक्तिमत्त्वे, पर्यावरण, भारत, विश्व, महाराष्ट्र व सामान्य ज्ञान अशा दहा पुस्तकांचा समावेश करून एक वैशिष्ट्यपूर्ण अशी शृंखला प्रसृत करण्याचा धाडसी प्रयत्न केला गेला आहे. प्रत्येक पुस्तकामध्ये त्या त्या विषयाची विभागणी भिन्न प्रकरणांच्या द्वारे केली आहे. यामुळे त्या विषयाचे अभ्यासमूल्य

वाढेल असा आमचा विश्वास आहे.

या शृंखलेतील प्रश्नरचना ही वाचकाच्या ज्ञानात भर घालणारी तर आहेच; पण त्याचबरोबर त्याची त्या त्या विषयातील जिज्ञासा वाढविणारी आहे. या शृंखलेतील प्रत्येक पुस्तकाच्या अध्ययनानंतर वाचक त्या त्या विषयामध्ये स्वतःला अधिक आत्मविश्वासाने बघू शकेल असा आमचा विश्वास आहे.

प्रश्नांची निवड हेसुद्धा या शृंखलेचे एक वैशिष्ट्य मानता येईल. सर्वसाधारणपणे प्रत्येक पुस्तकामध्ये १००० ते १५०० पर्यंतप्रश्नसंख्या निर्धारित करून पुस्तकाचे वाचनमूल्य वाढविण्याबरोबरच पृष्ठसंख्या मर्यादित कशी राहील याकडे विशेष लक्ष देण्यात आले आहे.

आज तेव्हा क्विझच्या पुस्तकांची रेलचेल आहे. प्रत्येक विषयावरती स्वतंत्र आणि वैशिष्ट्यपूर्ण पुस्तके वाचकांना प्राप्त होतील. याची आम्हाला उत्सुकताही आहे व आनंदही होत आहे. या शृंखलेची रचना करताना मला डायमंडच्या कर्मचारी वर्गाची बहुमोल मदत लाभली, त्याबद्दल मी त्यांचा ऋणी आहे. आव्हानात्मक असलेल्या या शृंखलेत काही उणिवा राहून गेल्या असल्यास त्या दूर करता याव्यात, या दृष्टीने अभ्यासूंकडून काही सूचना प्राप्त झाल्यास त्यांचा आदरच केला जाईल. शेवटी मी मनापासून आशा करतो की ही शृंखला संकलित करताना मला जितका आनंद मिळाला तितकाच तुम्हाला तो वाचतांना मिळेल.

जॉन्सन बोर्जेस

लेखक परिचय

प्रा. जॉन्सन बोर्जेस हे इंजिनिअरींग शाखेचे पदवीधर (B.E. Electrical) असून डायमंडच्या संपादक मंडळाचे एक सदस्य आहेत. श्री. जॉन्सन यांचा संबंध जरी तंत्रशास्त्र या शाखेशी असला तरीही त्यांचा इतर विषयांवरील लेखनाचा आवाका व्यापक असा आहे.

डायमंड सामाजिक ज्ञानकोशाच्या प्रमुख संपादकांपैकी एक असलेल्या जॉन्सन यांनी आपल्या वैशिष्ट्यपूर्ण अशा लेखन शैलीने डायमंड संपादक मंडळामध्ये एक विशेष असे स्थान निर्माण केले आहे. डायमंड अर्थशास्त्रकोश, डायमंड भूगोल-पर्यावरणशास्त्रकोश या कोशांच्या संपादनाचे कार्यही त्यांनी केले आहे. इंटरनेटसारख्या प्रभावी माध्यमाचा कौशल्याने वापर करून अद्ययावत माहितीने परिपूर्ण लेखन हे त्यांच्या लेखनाची उल्लेखनीय अशी बाब आहे.

अनुक्रम

१ विश्व

(१) पृथ्वीच्या विरुद्ध दिशेने कोणता ग्रह परिभ्रमण करतो?
(a) शुक्र (व्हीनस) (b) गुरू (ज्युपिटर)
(c) युरेनस (d) मंगळ (मार्स)

(२) आधुनिक काळात कोणत्या पहिल्या ग्रहाचा शोध लागला?
(a) बुध (मर्क्युरी) (b) प्लुटो
(c) शनी (सॅटर्न) (d) युरेनस

(३) सूर्यामध्ये अधिकांशी कोणता पदार्थ असतो?
(a) हेलियम (b) हायड्रोजन
(c) प्राणवायू (ऑक्सिजन) (d) नत्रवायू (नायट्रोजन)

(४) सूर्याभोवती परिभ्रमण करणाऱ्या ग्रहांच्या कक्षेचा आकार कोणता आहे?
(a) दीर्घवृत्ताकार (एलिप्स) (b) अंडाकृती (ओव्हल)
(c) वर्तुळाकार (सर्क्युलर) (d) आयताकृती (रेक्टँग्युलर)

(५) आपल्या सौरमालेतील सर्वाधिक चमकणारा ग्रह कोणता?
(a) शनी (सॅटर्न) (b) युरेनस
(c) शुक्र (व्हीनस) (d) प्लुटो

(६) कोणता ग्रह त्याच्या धुळीच्या वादळांसाठी (डस्ट स्टॉर्मस्) प्रसिद्ध आहे?
(a) बुध (मर्क्युरी) (b) पृथ्वी (अर्थ)
(c) गुरू (ज्युपिटर) (d) मंगळ (मार्स)

(७) गुरूच्या कोणत्या उपग्रहावर (सॅटेलाइट) गुळगुळीत बर्फाच्छादित पृष्ठभाग आहे, ज्याला मोडक्या रेषा (क्रॉस्ड लाइन्स) ओलांडतात?
(a) आयो (b) इलारा (c) गनीमीड (d) युरोपा

(८) सर्वात मोठा ग्रह (टेरेस्ट्रियल प्लॅनेट) कोणता?
(a) पृथ्वी (अर्थ) (b) बुध (मर्क्युरी)
(c) शुक्र (व्हीनस) (d) गुरू (ज्युपिटर)

(९) कशाला शुक्र या ग्रहाचे भासमान संक्रमण (ट्रांझिट) म्हणतात?
(a) जेव्हा शुक्र सूर्याचा पृष्ठभाग ओलांडतो.
(b) जेव्हा सूर्यग्रहणाच्या वेळी शुक्र दिसतो.

(c) जेव्हा दुसरा ग्रह भासमान संक्रमणात शुक्राला ओलांडतो.
(d) जेव्हा सूर्य आणि पृथ्वीच्या मधून शुक्र पुढे जातो.

(१०) पुढीलपैकी कोणता ग्रह, सूर्यापासून सर्वाधिक दूर अंतरावर आहे?
(a) शनी (b) गुरू (c) युरेनस (d) प्लुटो

(११) पुढील तारकापुंजांपैकी (कॉन्स्टेलेशन्स), कोणता राशीमंडळात नाही?
(a) मीन (पायसेस) (b) कर्क (कॅन्सर)
(c) व्हिर्गो (कन्या) (d) सेंटॉरस शिल्पकार (स्कलप्टर)

(१२) कोणता ग्रह सूर्याच्या सर्वाधिक जवळ आहे?
(a) शुक्र (व्हीनस) (b) बुध (मर्क्युरी)
(c) पृथ्वी (अर्थ) (d) मंगळ (मार्स)

(१३) पुढीलपैकी कोणत्या ताऱ्यास 'पहाटेचा तारा' (मॉर्निंग स्टार) असेही म्हणतात?
(a) मंगळ (मार्स) (b) शुक्र (व्हीनस)
(c) बुध (मर्क्युरी) (d) नेपच्यून

(१४) आतापर्यंत ज्यांचा शोध लागला आहे, त्यापैकी कोणत्या ग्रहास सर्वाधिक उपग्रह आहेत?
(a) गुरू (ज्युपिटर) (b) शनी (सॅटर्न)
(c) युरेनस (d) प्लुटो

(१५) आपल्या सौर मंडळात, 'क्यूपियर बेल्ट' हा पट्टा कुठे आहे?
(a) मंगळ व गुरूच्या कक्षांमध्ये
(b) शनीच्या कक्षेभोवती
(c) शनी व युरेनसच्या कक्षांमध्ये
(d) प्लुटोच्या कक्षेभोवती

(१६) खगोलशास्त्रीय संज्ञेनुसार, जो लघुउपग्रह (अॅस्टेरॉइड) १९९६ साली, पृथ्वीच्या अगदी जवळून गेला, ज्यामुळे पृथ्वीवरील सर्व जीवन उद्ध्वस्त झाले असते; तो ग्रह कोणता?
(a) टॉटेटिस (b) प्रॉक्सिमा सेंटॉरी
(c) बिनारी तारा (d) पल्सार

(१७) सूर्याचा व्यास पृथ्वीहून किती अधिक पटीने जास्त आहे?
(a) ४५ (b) ८७ (c) ९५ (d) १०९

(१८) विश्वाच्या उत्पत्तीविषयीचा कोणता सिद्धान्त, आज सर्वाधिक स्वीकारला जातो?
(a) मोठ्या आवाजाचा सिद्धान्त (बिग बॅंग थियरी)
(b) अविचल स्थिति सिद्धान्त (स्टेडी स्टेट थियरी)

(c) कंपन विश्व सिद्धान्त (पल्सेटिंग युनिव्हर्स थियरी)
(d) अतिनवतारा सिद्धान्त (सुपरनोव्हा सिद्धान्त)

(१९) आकाशगंगेमध्ये किती तारकापुंज (कॉंस्टेलेशन्स) आहेत?
(a) ९ (b) १२ (c) १५ (d) १८

(२०) कमीत कमी अवधीत दिसून येणारा धूमकेतू (कॉमेट) कोणता?
(a) एन्केचा धूमकेतू (b) हेली धूमकेतू
(c) लेक्सेल धूमकेतू (d) ब्रुक्स धूमकेतू

(२१) कोणत्या खगोलीय गोलात (हेवनली बॉडी), सुरुवातीला केलेल्या अंदाजापेक्षा अधिक प्रमाणात पाणी आढळून आले आहे?
(a) चंद्र (मून) (b) युरोपा (c) फोबोस (d) आयकारस

(२२) कोणता तारा आकाशात स्थिर असतो?
(a) स्पायका (b) रिगेल (c) पोलारिस (d) कस्टर

(२३) शनीच्या कोणत्या उपग्रहास (सॅटेलाइट) 'मृत्युतारा' (डेथ स्टार) हे टोपणनाव देण्यात आले आहे?
(a) मिमस (b) युरोपा (c) गनीमीड (d) कॅलिस्टो

(२४) दलांबरामध्ये (आयोनोस्फियरमध्ये) व्हॅन ॲलन बेल्ट हा ..... भाग आहे.
(a) धूळीकण (डस्ट पार्टिकल्स) (b) हवाविरहित जागा (व्हॅक्यूम)
(c) हेलियम (d) ओझोन

(२५) सर्वात मोठा तारकापुंज (कॉन्स्टेलेशन) कोणता?
(a) हायड्रा (b) डोरॅडो (c) इंडस (d) सेटस

(२६) गुरूच्या वलयरचनेचा (रिंग सिस्टिम) शोध कोणी लावला?
(a) केसिनी (b) गॅलिलियो
(c) व्हॉयेजर - I (d) कोपर्निकस

(२७) चंद्राच्या पृष्ठभागावरील सर्वात चमकणारे विवर कोणते?
(a) ग्रिमाल्डी (b) प्लेटो (c) टायको (d) ॲरिस्ट्रॅचस

(२८) 'गॅलिलियो सॅटेलाइट्स' हे कोणत्या ग्रहाचे चार मोठे चंद्र आहेत?
(a) शनी (b) गुरू (c) युरेनस (d) नेपच्यून

(२९) आपल्या सौर मंडळात पूर्वेकडून पश्चिमेकडे परिभ्रमण करणारा एकमेव ग्रह कोणता?
(a) पृथ्वी (b) शनी (c) शुक्र (d) मंगळ

(३०) कोणता तारा सूर्याच्या सर्वात जास्त जवळ आहे?
(a) प्रॉक्झिमा सेंटॉरी (b) व्याधतारा (सिरीयस)
(c) अल्फा सेंटॉरी (d) बेटलगीझ

(३१) कोणत्या ग्रहाला ‘पृथ्वीचा जुळा’ असे म्हणतात?
(a) मंगळ (b) शुक्र (c) बुध (d) नेपच्यून

(३२) कोणती खगोलीय वस्तू (हेवनली ऑबजेक्ट) सतत किरणोत्सर्गी लहरींची (रेडियो वेव्हज) लघु कंपने (शॉर्ट पल्सेस) बाहेर फेकते?
(a) पल्सार
(b) अभ्रिका (नेब्युला)
(c) अतिनवतारा (सुपर नोव्हा)
(d) आकाशगंगेच्या बाहेरील किरणोत्सर्गी बिंदू (क्वासर)

(३३) आपल्या सौर मंडळातील सर्वात शीत (कोल्डेस्ट) ग्रह कोणता?
(a) शुक्र (b) प्लुटो (c) युरेनस (d) बुध

(३४) पुढीलपैकी कोणत्या ग्रहांच्या कक्षांमध्ये ‘लघुउपग्रह पट्टा’ (ॲस्टेरॉइड बेल्ट) आहे?
(a) बुध आणि शुक्र (b) मंगळ आणि गुरू
(c) पृथ्वी आणि मंगळ (d) युरेनस आणि नेपच्यून

(३५) एखाद्या निरभ्र रात्रीच्या समयी, आपल्या उघड्या डोळ्यांनी आपण जी ताऱ्यांची संख्या बघतो ती ...... एवढी असते.
(a) १००० (b) १५०० (c) २५०० (d) ५०००

(३६) अंतराळातील उच्च गुरुत्वाकर्षण प्रदेश (हाय ग्रॅव्हिटी रीजन), जिथून प्रकाशसुद्धा निसटू शकत नाही, त्याचे नाव आहे -
(a) लाल महाकाय (रेड जायंट) (b) कंपनयुक्त खगोल (पल्सार)
(c) क्वसार (d) कृष्ण विवर (ब्लॅक होल)

(३७) चंद्रावर कशाचा अभाव आहे?
(a) वातावरण (ॲट्मॉसफियर) (b) केंद्रीय गाभा (सेंट्रल कोअर)
(c) चुंबकीय क्षेत्र (मॅग्नेटिक फील्ड) (d) भूपटल (क्रस्ट)

(३८) सौर मंडळातील कोणत्या ग्रहास, सर्वात मोठा चंद्र (नैसर्गिक उपग्रह) आहे?
(a) शनी (b) गुरू (c) मंगळ (d) पृथ्वी

(३९) स्वत:च्या अक्षाभोवती (ॲक्सिस) एकदा परिभ्रमण करण्यासाठी पृथ्वीला किती वेळ लागतो?
(a) सुमारे २४ तास (b) सुमारे ११ तास
(c) सुमारे ११ दिवस (d) सुमारे २४ दिवस

(४०) कोणता प्रसिद्ध तारा, लाल अतिमहाकाय (रेड सुपर जायंट) आहे?
(a) अँटारेस (b) डेनेब (c) कॅस्टर (d) व्हेगा

(४१) सूर्य कोणत्या दीर्घिकेत (गॅलेक्सी) आहे?
(a) भोवरा (व्हर्लपूल) (b) आकाशगंगा (मिल्की वे)
(c) अॅण्ड्रोमेडा (d) एम. ७४

(४२) कोणता खगोलीय गोल (हेवनली बॉडी), नियमितपणे निश्चलतेच्या कलेतून (स्वेसेंट फेझ) जातो?
(a) चंद्र (b) गुरू (c) सूर्य (d) मंगळ

(४३) विश्वाचे (युनिव्हर्स) अंदाजे वय किती?
(a) २०-३० अब्ज वर्षे (b) ५-१० अब्ज वर्षे
(c) १०-२० अब्ज वर्षे (d) १-५ अब्ज वर्षे

(४४) सौर मंडळातील कोणता ग्रह, सर्वात जलद गतीने स्वत:भोवती फिरतो?
(a) पृथ्वी (b) गुरू (c) युरेनस (d) बुध

(४५) सूर्यप्रकाश पृथ्वीपर्यंत पोहोचण्यास किती वेळ लागतो?
(a) ८ मिनिटे (b) १ तास (c) २४ तास (d) २ दिवस

(४६) कोणता तारा सूर्याहूनही अधिक तेजस्वी आहे?
(a) व्हर्गो (b) एजिन तारा
(c) कन्या (व्हिर्गो) (d) व्याध तारा (सिरीयस)

(४७) मंगळाच्या उपग्रहांपैकी एक असणाऱ्या 'फोबोर्स' उपग्रहावरील सर्वात मोठ्या विवराचे नाव काय?
(a) स्विफ्ट (b) व्होल्टेअर (c) स्टिकनी (d) वेंडेल

(४८) १९९४ साली कोणता धूमकेतू गुरूवर येऊन आदळल्यामुळे, एक प्रेक्षणीय भौगोलिक घटना घडली?
(a) हायाकुटेक (b) शूमेकर-लेव्ही
(c) हेल-बॉँब (d) हेली

(४९) पृथ्वीवरील ३६५ दिवसांच्या तुलनेत, मंगळावरील वर्ष (मर्शियन इयर) ..... दिवसांचे असते.
(a) ६८७ (b) ७८६ (c) ६७८ (d) ८७६

(५०) रात्रीच्या वेळी आकाशात दिसणाऱ्या ताऱ्यांच्या पुंजक्यातील (स्टार क्लस्टर) सर्वात सुंदर कोणते?
(a) हायाडेस (b) प्लिप्टडस
(c) बी हाईव (d) प्रतिबिंब विकार (कोमा तारा)

◆◆◆

२ पृथ्वी

(१) पृथ्वीच्या तुलनेत एखाद्या वस्तूचे वजन चंद्रावर किती असेल?
(a) पृथ्वीवरील वजनाच्या सहापट (b) पृथ्वीवरील वजनाच्या १/६
(c) पृथ्वीवरील वजनाच्या दुप्पट (d) पृथ्वीवरील वजनाएवढेच

(२) पृथ्वीचा सरासरी व्यास (डायामीटर) सर्वसाधारणत: किती आहे?
(a) ८५५० कि.मी. (b) ९९७० कि.मी.
(c) १२,७५४ कि.मी. (d) ११६०० कि.मी.

(३) सूर्याभोवती परिभ्रमण करताना संपूर्ण वर्षात पृथ्वी किती अंतर पार करते?
(a) ९५० दक्षलक्ष किलोमीटर (b) ९६६ दशलक्ष किलोमीटर
(c) ९७८ दशलक्ष किलोमीटर (d) ९९६ दशलक्ष किलोमीटर

(४) उत्तर ध्रुवापासून चुंबकीय उत्तरध्रुव ..... अंतरावर आहे.
(a) २४१३ कि.मी. (b) ८०४.५ कि.मी.
(c) १६१ कि.मी. (d) ८०.४५ कि.मी.

(५) भूपृष्ठकवच अत्यंत पातळ असल्याने, भूपृष्ठाखालील कोंडलेली ऊर्जा, उकळणाऱ्या मातीच्या तळ्यांच्या स्वरूपात उफाळून वर येते; अशा प्रकारचे उष्णीय भाग (थर्मल एरियाज) कुठे आढळतात.
(a) केनिया (b) न्यूझीलँड (c) अमेरिका (d) इटली

(६) पृथ्वी तिच्या अक्षावर (ॲक्सिस) परिभ्रमण करीत असताना, विषुववृत्तावरील (इक्वेटर) कोणत्याही ठिकाणी किती वेगाने सरकते?
(a) ताशी १६१ कि.मी. (b) ताशी ४०२.२५ कि.मी.
(c) ताशी ८०४.५ कि.मी. (d) ताशी १६०९ कि.मी.

(७) पुढीलपैकी कोणत्या देशात, मध्यरात्रीचा सूर्य, प्रत्येक दिवशी २४ तास याप्रमाणे क्रमाने ७३ दिवस झळकतो?
(a) फिनलंड (b) जपान (c) स्वीडन (d) नॉर्वे

(८) किरणोत्सर्गी मापनपद्धतीवरून निश्चित केलेल्या माहितीनुसार, पृथ्वी किती वर्षांची आहे?
(a) तीन अब्ज वर्षे (b) साडे तीन अब्ज वर्षे
(c) चार अब्ज (d) साडे चार अब्ज

(९) दक्षिण ध्रुवावर .... वेळी अविरत उजेड असतो.
    (a) शरद्‌संपात (विंटर सॉलस्टिस)
    (b) ग्रीष्मसंपात (समर सॉलस्टिस)
    (c) शारदीयसंपात (ऑटम्नल सॉलस्टिस)
    (d) वसंतसंपात (स्प्रिंग इक्विनॉक्स)

(१०) पृथ्वी तिच्या अक्षावर कोणत्या दिशेने परिभ्रमण करते?
    (a) पश्चिमेकडून पूर्वेकडे   (b) पूर्वेकडून पश्चिमेकडे
    (c) दक्षिणेकडून उत्तरेकडे   (d) उत्तरेकडून दक्षिणेकडे

(११) पृथ्वीवरील सर्व ठिकाणी दिवस आणि रात्रीची कालमर्यादा एकसमान केव्हा असते?
    (a) २१ मार्च   (b) ३१ जून
    (c) २० ऑगस्ट   (d) २० नोव्हेंबर

(१२) पृथ्वीचा चुंबकीय अक्ष तिच्या परिभ्रमणाक्षाकडे कोणत्या कोनाला झुकलेला असतो?
    (a) ३३ १/२°   (b) ११ १/२°
    (c) २२ १/२°   (d) ८°

(१३) ऋतुनुसार, २५०० किलोमीटर अंतरावर पोहोचणाऱ्या दुपारच्या सूर्याच्या छायेचे निरीक्षण करणाऱ्या स्थानकांची शृंखला, मध्ययुगात कोणत्या देशात स्थापिली गेली?
    (a) पेरू   (b) चीन
    (c) ईस्टर आयलंड   (d) इटली

(१४) महाद्वीपी प्रवाह पतिततत्त्वाच्या (कॉन्टिनेंटल ड्रिफ्ट) सिद्धान्तानुसार पर्मियन युगात कोणता स्थलखंड (लॅण्ड मास) अस्तित्वात होता, ज्यात सर्व महाद्वीपे एका प्रचंड स्थलखंडाच्या रूपात समाविष्ट होती?
    (a) गोंडवाना   (b) लॉरेशिया
    (c) पँगिया   (d) टेथिस

(१५) अंतराळातून पृथ्वी कशी दिसते?
    (a) करड्या रंगाची   (b) तपकिरी
    (c) पांढरी व निळी   (d) काळी

(१६) पृथ्वीचे आपल्या अक्षाभोवतालचे परिभ्रमण किती वेळात पूर्ण होते?
    (a) २४ तास   (b) २३ तास ३० मिनिटे
    (c) २३ तास ५० मिनिटे   (d) २४ तास १० मिनिटे

(१७) २२ डिसेंबरला सूर्य कोणत्या अक्षांशावर असतो?

(a) कर्कवृत्त (ट्रॉपिक ऑफ कॅन्सर) (b) मकरवृत्त (ट्रॉपिक ऑफ केप्रिकॉन)
(c) विषुववृत्त (इक्वेटर) (d) उत्तरध्रुव (नॉर्थ पोल)

(१८) पृथ्वीवर पक्ष्यांची उत्क्रांती केव्हा झाली?

(a) तृतीय युग (टर्शियरी पीरियड) (b) जुरासिक युग
(c) सिलुरियन युग (d) डेव्होनियन युग

(१९) पृथ्वीच्या पृष्ठभागापासून ते तिच्या केंद्रापर्यंत किती अंतर आहे?

(a) ३७०० मैल (b) २९०० मैल
(c) ४६०० मैल (d) १९०० मैल

(२०) पृथ्वीच्या पृष्ठभागावर, कोणत्या प्रकारचे किरण पावसाप्रमाणे सतत पडत असतात?

(a) क्ष किरण (एक्सरे) (b) वैश्विक किरण (कॉस्मिक रेज्)
(c) अवरक्त तरंग (इन्फ्रा रेड रेज्) (d) गॅमा किरण

(२१) शून्य अक्षांश (० लॅटिट्यूड) कुठे आहे?

(a) व्हिएन्ना, (ऑस्ट्रिया) (b) ग्रीनिच, (यु. के.)
(c) पॅरिस, (फ्रान्स) (d) ह्यूस्टन, (यू. एस. ए.)

(२२) ओझोन स्तर असलेल्या वातावरणाच्या थराचे नाव सांगा.

(a) दलांबर (आयनोस्फियर) (b) तपांबर (ट्रोपोस्फियर)
(c) मध्यस्तब्धी (मेसोस्फियर) (d) स्थितांबर (स्ट्रॅटोस्फियर)

(२३) कमी दाबाच्या व थोडा वारा असलेल्या विषुववृत्ताच्या (इक्वेटर) सभोवतील प्रदेशाचे नाव सांगा.

(a) शांतपड (डोलड्रम्स)
(b) कर्कवृत्त (ट्रॉपिक ऑफ कॅन्सर)
(c) मकरवृत्ताचा पट्टा (केप्रिकॉन बेल्ट)
(d) विषुववृत्ताचा पट्टा (इक्वेटोरियल बेल्ट)

(२४) पृथ्वीवरील वातावरणाचा सर्वात निम्न स्तर कोणता?

(a) ट्रोपोस्फियर (b) स्ट्रॅटोस्फियर
(c) आयनोस्फियर (d) मेसोस्फियर

(२५) किरणोत्सर्गी लहरी (रेडियो वेव्हज्) परावर्तित करणाऱ्या वातावरणाच्या स्तराला काय म्हणतात?

(a) बाह्यांबर (एक्झोस्फियर) (b) स्थितांबर (स्ट्रॅटोस्फियर)
(c) तपांबर (ट्रपोस्फियर) (d) दलांबर (आयनोस्फियर)

(२६) आंतरराष्ट्रीय दिनांकरेषा पुढीलपैकी कुठून जाते?

(a) प्रशांत महासागर (पॅसिफिक ओशन)

(b) हिंदी महासागर (इंडियन ओशन)

(c) फ्लोरिडा सामुद्रधुनी (स्ट्रेट)

(d) बेरिंग सामुद्रधुनी (स्ट्रेट)

(२७) जलजन्य खडकांच्या (सेडिमेंटरी रॉक्स) स्तरांमध्ये आढळणाऱ्या खनिज-पदार्थाचे नाव द्या.

(a) सोने (b) शिसे

(c) लिग्नाइट (d) कथील (टीन)

(२८) उत्तरी गोलार्धात (नॉर्दन हेमिस्फियर) चक्रवात कसा सरकतो?

(a) सरळ रेषेत

(b) घड्याळ्याच्या काट्याच्या दिशेत

(c) घड्याळ्याच्या काट्याच्या विरुद्ध दिशेत

(d) चक्राकार (स्पायरल)

(२९) वायूच्या क्षितिजसमांतर (हॉरिझाँटल) हालचालीला काय म्हणतात?

(a) भरती-ओहोटी (b) चक्रवात

(c) वारा (d) प्रचंड चक्रीवादळ

(३०) संगमरवर (मार्बल) कोणत्या प्रकारचा खडक आहे?

(a) अग्निजन्य खडक (इग्नियस रॉक)

(b) जलजन्य खडक (सेडिमेंटरी रॉक)

(c) रूपांतरित खडक (मेटॅमॉर्फिक रॉक)

(d) ग्रॅफाइट

(३१) भूपृष्ठकवचात सर्वसामान्यत: काय सापडते?

(a) प्राणवायू (b) सिलिकॉन

(c) हायड्रोजन (d) ॲल्युमिनिअम

(३२) मान्सून हवामान तयार होण्याचे कारण काय?

(a) उच्चतम तापमान (b) न्यूनतम तापमान

(c) तापमान

(d) ऋतुनुसार प्रतिहवा प्रवाह (सीझनल रिव्हर्सल ऑफ विंड्स)

(३३) वायू भाराची स्थिती (प्रेशर कण्डिशन्स) नकाशावर दाखविण्यासाठी कशाचा उपयोग केला जातो?

(a) समतापरेषा (आयसोथर्म) (b) समभाररेषा (आयसोबार)

(c) समपर्जन्यरेषा (आयसोहायेट्स) (d) समक्षारतारेषा (आयसोहालाइन्स)

(३४) आकाश निळे दिसते कारण -
(a) महासागरांचा निळा रंग
(b) धूलिकणांमार्फत परावर्तित होणारा निळा रंग
(c) धूलिकणांमार्फत परावर्तित होणारा लाल रंग
(d) विविध रंग परावर्तित झाल्याने तयार झालेला निळा रंग

(३५) शून्य अक्षांश (० लॅटिट्यूड) कुठे आहे?
(a) विषुववृत्त (इक्वेटर) (b) उत्तरध्रुव (नॉर्थ पोल)
(c) दक्षिणध्रुव (साउथ पोल)
(d) कुमेरू वृत्त (अंटार्क्टिक सर्कल)

(३६) भूपृष्ठकवचात कोणता पदार्थ मुबलक प्रमाणात सापडतो?
(a) सोडिअम (b) फॉस्फरस (c) सिलिका (d) पोटॅशिअम

(३७) पृथ्वीभोवती संपूर्णपणे गोलाकार फिरून समुद्रपर्यटन करणे, कोणत्या अक्षांशावरून शक्य होईल?
(a) ४० अंश उत्तर (b) ६० अंश दक्षिण
(c) विषुववृत्त (इक्वेटर)
(d) उत्तरध्रुवीय वृत्त (आर्क्टिक सर्कल)

(३८) उल्काश्मामुळे (मीटियोराइट) तयार झालेले १२०० मीटर रुंद असे सर्वात खोल विवर कुठे आहे?
(a) मंगोलिया (b) कॅनडा (c) अल्जेरिया (d) ॲरिझोना

(३९) पृथ्वीचे परिभ्रमण कुठे जाणवत नाही?
(a) ध्रुव (पोल्स) (b) विषुववृत्त (इक्वेटर)
(c) उष्ण कटिबंध (ट्रॉपिक्स) (d) तापमान पट्टे (टेंपरेट झोन्स)

(४०) पुढीलपैकी कोणाची उत्क्रांती जलद गतीने झाली?
(a) हिमालय (b) आल्प्स
(c) भूमध्य सागर (मेडिटेरियन सी) (d) अरबी समुद्र (अरेबियन सी)

(४१) सूर्य-विवरे (सन होल्स) ...... असलेल्या प्रदेशात होतात.
(a) चुनखडक (b) सल्फेट खडक
(c) फॉस्फेट खडक (d) अग्निजन्य खडक

(४२) वातावरण तापण्याचे मुख्य कारण कोणते?
(a) सूर्याची थेट किरणे
(b) पृथ्वीकडून सौर विकिरण (रेडियेशन)
(c) पृथ्वीच्या गाभ्यातील उष्णता
(d) ज्वालामुखीची हालचाल

(४३) पुढीलपैकी कशामधून कर्करेषा जाते?

(a) ऑस्ट्रेलिया   (b) त्रिनिदाद   (c) हवाना   (d) मालागासी

(४४) ऋतूंमधील बदलाव कोणत्या कारणामुळे होतात.

(a) पृथ्वीचे भूअक्षावरील परिभ्रमण

(b) पृथ्वीचे सूर्याभोवतालचे परिभ्रमण

(c) चंद्राचे पृथ्वीभोवतालचे परिभ्रमण

(d) पृथ्वी व चंद्राचे सूर्याभोवतालचे परिभ्रमण

(४५) बर्फाच्छादित उत्तरध्रुवीय महासागराखाली काय आहे?

(a) ग्रीनिच व्यामोत्तर (मेरिडियन)   (b) उत्तर ध्रुव (नॉर्थ पोल)

(c) डोंगर   (d) टुंड्रा प्रदेश

(४६) कोणत्या प्रकारचे खडक पाण्यावर तरंगतात?

(a) प्युमिस   (b) काळा खडक (बेसॉल्ट)

(c) संगमरवर (मार्बल)   (d) ग्रॅनाइट

(४७) ओझोनांबर हा थर पृथ्वीपासून किती उंचीवर आहे?

(a) सुमारे ४० किमी   (b) सुमारे ५० किमी

(c) सुमारे ७५ किमी   (d) सुमारे १०० किमी

(४८) पृथ्वीच्या केंद्रस्थानी असलेल्या भौतिक जडवस्तूंचे वजन किती असेल?

(a) पाच ग्रॅम   (b) एक ग्रॅम

(c) एक किलोग्रॅम   (d) शून्य ग्रॅम

(४९) वाळवंटात कोणत्या प्रकारची माती सापडते?

(a) ऐकडिसॉल्स्   (b) स्पोडोसॉल्स्

(c) अल्फिसॉल्स्   (d) मॉलिसॉल्स्

(५०) वातावरणाच्या कोणत्या स्तरात ढग तयार होतात?

(a) ट्रॉपोस्फियर (तपांबर)   (b) मेसोस्फियर (मध्यांबर)

(c) स्ट्रॅटोस्फियर (स्थितांबर)   (d) थर्मोस्फियर (उष्णांबर)

◆◆◆

३ ऐतिहासिक भूगोल

(१) जॉर्जियाच्या पश्चिम किनाऱ्यावर कोणता समुद्र आहे?

(a) कॅस्पियन सी (b) लाल समुद्र (रेड सी)

(c) उत्तरी समुद्र (नॉर्थ सी) (d) काळा समुद्र (ब्लॅक सी)

(२) एकेकाळी 'बायझॅन्टियम' हे नाव असलेले शहर प्रचलित नावाआधी दुसऱ्या नावाने प्रसिद्ध होते. त्याचे सध्याचे नाव कोणते?

(a) अॅथेन्स (b) मॅगडलेना

(c) ब्रॅटिस्लावा (d) इस्तंबूल

(३) उत्तर-पश्चिम फ्रान्समधल्या नॉर्मण्डी व अॅन्जू या भागांमध्ये असलेल्या एका जागेचे नाव, युनायटेड स्टेट्स ऑफ अमेरिकेतील एका राज्याला दिले आहे. ते राज्य कोणते?

(a) व्हर्माँट (b) मेन (c) मेरीलॅण्ड (d) डेलावेयर

(४) वॉटर्लूच्या लढाईत वेलिंग्टनने नेपोलियनचा पराभव केला. आजच्या आधुनिक काळात, वॉटर्लू कोणत्या देशात आहे?

(a) डेन्मार्क (b) इंग्लंड (c) बेल्जियम (d) फ्रान्स

(५) २० जुलै १९६९ ला 'गरुडाचे आगमन झाले.' (द ईगल लॅण्डेड) आणि अपोलो मिशन - ११ ने अंतराळातील स्पर्धेला समाप्त केले. परंतु, नील आर्मस्ट्राँगने आपले चंद्रावरील पहिले पाऊल कुठे ठेवले?

(a) इंद्रधनुष्यांची खाडी (द बे ऑफ रेनबोज)

(b) शांततेचा समुद्र (द सी ऑफ ट्रॅन्क्विलिटी)

(c) धुक्यांची दलदल (मार्श ऑफ मिस्ट्स)

(d) स्वप्नांचे तळे (द लेक ऑफ ड्रीम्स्)

(६) 'फरो' बेटांची (आयलंड्स) राजधानी कोणती?

(a) नॉर्डोयार (b) सम्बा (c) स्ट्रेमॉय (d) टॉर्शव्हन

(७) १९८८ साली, एका मुस्लीम राज्याच्या प्रथम महिला पंतप्रधान म्हणून बेनझीर भुट्टो निवडून आल्या; त्यांनी कोणत्या राष्ट्राचे नेतृत्व केले?

(a) पाकिस्तान (b) येमेन

(c) बांगलादेश (d) ओमान

(८) २६ एप्रिल १९८६ च्या पहाटे, 'चेर्नोबिल' येथे जगाने सर्वात हानीकारक अणुशक्ति अपघात अनुभवला. पूर्वी यू. एस. एस. आर. चा भाग असलेले चेर्नोबिल सध्या कुठे आहे?
(a) युक्रेन (b) मोल्डोवा (c) एस्टोनिया (d) बेलारस

(९) 'माँटसेराट' हा कोणत्या देशाचा बाह्य प्रदेश आहे?
(a) फ्रान्स (b) नेदरलॅण्ड्स
(c) युनायटेट स्टेट्स (d) युनायटेड किंगडम्

(१०) १९९३ साली, 'एरिट्रिया' हा देश ..... चा भाग होता.
(a) इथिओपिया (b) इस्राईल
(c) सूदान (d) झेकोस्लोव्हाकिया

(११) 'किन्शासा' या शहरात, 'जंगलातील गडगडाट' (द रंबल इन द जंगल) या सुप्रसिद्ध मुष्ठियुद्ध स्पर्धेच्या घटनेत, महम्मद अलीने जॉर्ज फोरमनचा पराभव केला, हे शहर कोणत्या देशात होते?
(a) झायेर (b) टांझानिया (c) सोमालिया (d) इथिओपिया

(१२) यू. एस. ए. मधल्या उत्तर-पश्चिम भागातील एका शहराला, ब्रिटनमधील एका सरदाराचे (ड्यूक) नाव देण्यात आले. हा ड्यूक पुढे ब्रिटनचा जेम्स - II झाला. हे शहर न्यूयॉर्क नाही; मग ते कोणते?
(a) जर्सी (b) बॉस्टन (c) अॅल्बनी (d) पोर्टलंड

(१३) उत्तर युरोपातील 'रेवाल' हे शहर, हल्ली नवीन नावाने ओळखले जाते. सध्या त्या शहराला काय म्हणतात?
(a) रीगा (b) टॅलिन (c) व्हिलीनियस (d) मिन्स्क

(१४) १९८० साली व्हानौतू या द्वीपसमूहांच्या (आर्चिपेलॅगो) राष्ट्राची स्थापना झाली. हा देश कुठे आहे?
(a) भूमध्य (मेडिटरेनियन)
(b) दक्षिण पॅसिफिक (प्रशांत महासागर)
(c) दक्षिण अॅटलांटिक (d) कॅरिबियन

(१५) १ जानेवारी १९९३ ला झेकोस्लोव्हाॅ कियाचे विभाजन होऊन कोणत्या देशाची निर्मिती झाली?
(a) स्लोव्हॉकिया (b) स्लोव्हेनिया (c) सेचेलिस (d) सिएरा लिओन

(१६) 'यॉर्क' या कॅनडातील शहराचे नवीन नाव काय आहे?
(a) टोरॉन्टो (b) ओटावा (c) व्हॅन्कूव्हर (d) हेमिल्टन

(१७) फ्रान्सच्या प्रभावाच्या विरोधात, १८ व्या शतकाच्या मध्यात, कॅनडातील एका शहरास, त्या काळचे विदेशमंत्री यांचे नाव देण्यात आले. कॅनडातील

या शहराचे नाव कोणते?

(a) व्हँन्कूव्हर (b) हॅलिफिक्स
(c) टोरॉन्टो (d) फ्रेडरिक्टन

(१८) जागतिक इतिहासात 'क्राकाटोआ' हा भयंकर ज्वालामुखी वारंवार आणि अनेकदा उसळला; खास करून १८८३ साली. तो कुठे आहे?

(a) मलेशिया (b) टोंगा
(c) श्रीलंका (d) इंडोनेशिया

(१९) 'ऑइसल ऑफ मॅन' या द्वीपाची राजधानी कोणती?

(a) डग्लस (b) स्टॅनली (c) सेंट हेलियर (d) जॉर्जटाऊन

(२०) पुढे दिलेल्या पर्यायानुसार, तो एकमेव प्रदेश कोणता, जो आत्ता किंवा पूर्वी इतिहासात जपानच्या मालकीचा नव्हता?

(a) दोन्ही कोरिया (b) हुक्यू बेटे (c) मंचुरिया (d) मंगोलिया

(२१) सन १९३० पर्यंत जगातील सर्वात उंच रचना असलेल्या पॅरिस येथील आयफेल टॉवरची उंची किती आहे?

(a) १९०.५ मीटर (b) २२२.७५ मीटर
(c) ३००.५ मीटर (d) ३५५ मीटर

(२२) १८७६ साली ले. कर्नल जॉर्ज कस्टर यांनी आपल्या सैन्याचे शेवटचे नेतृत्व, लिटिल बिगहॉर्न येथे झालेल्या युद्धात केले. या युद्धात अमेरिकन इंडियन्सनी त्यांचा पराभव केला. जिथे युद्ध झाले, ते नदीच्या भागातील स्थान, यू. एस. ए. मध्ये कोणत्या राज्यात आहे?

(a) वायोमिंग (b) नेब्रास्का
(c) आयडॅहो (d) माँटाना

(२३) मार्टिन ल्यूथर किंग (ज्युनियर) यांनी निग्रोंच्या हक्कांसाठी परिश्रमपूर्वक लढा दिला आणि त्यांच्या मतांमुळे त्यांची हत्या झाली. यू. एस. ए. मधल्या कोणत्या शहरात त्यांची हत्या झाली?

(a) मेंफिस (टेनेसी) (b) डॅल्लास (टेक्सस)
(c) बर्मिंगहॅम (ॲलाबामा) (d) ॲटलांटा (जॉर्जिया)

(२४) 'कॉमॉरोस' वरील वादामुळे प्रसिद्धीस आलेल्या फ्रान्सच्या ताब्यातील बाह्य विभागातल्या बेटाचे नाव काय?

(a) मार्टिनिक्व (b) रीयुनियन
(c) मेयोट (d) वालिस आणि फ्युटुना

(२५) उत्तर अमेरिकेतील हे बेट, फ्रान्सच्या आधिपत्याखालचे शेवटचे बेट आहे. यावरील फ्रान्सच्या हक्काला, कॅनडाने आव्हान दिले. या बेटांच्या वसाहतीचे

नाव काय?

(a) सेंट पायर व मायक्विलॉन (b) अरूबा
(c) मारी ग्लान्टे (d) नान्व्हू

(२६) ख्रिस्तोफर कोलंबस यांनी अमेरिकेचा शोध लावला आणि ते पोर्तुगीज होते, अशी सर्वसाधारणत: मान्यता आहे. परंतु, प्रत्यक्षात त्यांचा जन्म कुठे झाला?

(a) झ्युरिक-(स्वित्झर्लंड) (b) मोंपलिये-(फ्रान्स)
(c) फ्रँकफर्ट-(जर्मनी) (d) जेनोवा-(इटली)

(२७) कॅनडातील कोणत्या भागाला फ्रेंच 'अकेडिया' या नावाने संबोधिले जात असे आणि ज्या भागाची फ्रेंच जनसंख्या, मानववंशाच्या दृष्टीने, १७५५-५६ साली, ब्रिटिश/अमेरिकन युद्धाच्या विजयानंतर पूर्णपणे रुपांतरित झाली तो भाग कोणता?

(a) प्रिन्स एडवर्ड आयलंड (b) क्वेबेक
(c) ओंटारियो (d) नोव्हा स्कॉटिया

(२८) शहराला एके काळी न्यू ॲरडॅम असे म्हणत. हे शहर कोणते?

(a) बॉस्टन (b) विल्मिंग्टन (c) हार्टफोर्ड (d) न्यूयॉर्क

(२९) पुढीलपैकी कोणता नवा देश एकेकाळी रशियाचा भाग नव्हता.

(a) मोल्डोवा (b) आर्मेनिया
(c) ताजिकिस्तान (d) मॅसेडोनिया

(३०) ३० एप्रिल १९७५ रोजी व्हिएतनाम पीपल्स आर्मीने दक्षिण व्हिएतनामची राजधानी सायगाँवचा पाडावा केला. आज सायगाँवला काय म्हणतात?

(a) नोम पेन्ह (b) सोल
(c) हो चि मिन्ह सिटी (d) माओ त्से तुंग सिटी

(३१) न्यूझीलंडच्या दक्षिणेतील बेटाच्या एका शहरास, एका प्रमुख स्कॉटिश शहराचे जुने नाव दिले आहे - ते कोणते?

(a) ऑकलंड (b) ओटॅगो (c) ड्युनेडिन (d) स्ट्युवर्टन

(३२) सन १८८२ मध्ये स्थापन झालेले पहिले राष्ट्रीय उद्यान कोणते?

(a) वूड बफेलो (कॅनडा) (b) लेक डिस्ट्रिक्ट (इंग्लंड)
(c) सेरनेजेटी (टांझानिया) (d) थलास्टोन (अमेरिका)

(३३) नेपोलियनला हद्दपार केल्यानंतर कोणत्या बेटावर पाठविण्यात आले?

(a) कॉमोरॉस (b) सेंट हेलेना (c) सेंट पिएर (d) सेशेल्स

(३४) 'नॉर्थ मरियाना आयलंड्स' या बेटाची राजधानी कोणती?

(a) टिनियन (b) साईपॅन (c) रोटा (d) नकुआलोफा

(३५) आधुनिक जगातील एक आश्चर्य असलेले अमेरिकेतील व्हूवर धरण कोणत्या नदीवर बांधलेले आहे?

(a) मॉन्टाना (b) आयोवा
(c) कोलोरॅडो (d) मिसूरी

(३६) ख्रिस्तपूर्व ३०० मध्ये, 'विश्वाचे सांस्कृतिक केंद्र' या उपाधीसाठी कार्थेज व रोम स्पर्धा करीत होते, हे सर्वश्रुत आहे. रोम कुठे आहे हे आपण सर्व जाणतो; पण कार्थेज कुठे आहे?

(a) उत्तर आफ्रिका (b) पूर्व युरोप
(c) आयबेरियन द्वीपकल्प (d) पश्चिम आशिया

(३७) 'दक्षिण ध्रुवीय संधी' बाजूला सारून कोणते राष्ट्र दक्षिण ध्रुवावर हक्क दाखविते?

(a) युनायटेड किंगडम् (b) नॉर्वे
(c) रशिया (d) युनायटेड स्टेट्स

(३८) ३ डिसेंबर १९६७ रोजी डॉ. ख्रिश्चन बर्नाड यांनी पहिली हृदय-आरोपण-शस्त्रक्रिया पार पाडली. ही शस्त्रक्रिया त्यांनी कोणत्या देशात केली?

(a) ब्राझिल (b) ऑस्ट्रेलिया
(c) दक्षिण आफ्रिका (d) स्कॉटलंड

(३९) राजघराण्यातील व्यक्तींना संबोधून, किती अमेरिकन राज्यांना नावे देण्यात आली आहेत?

(a) सहा (b) नऊ (c) पाच (d) आठ

(४०) या युरोपियन शहराला आता 'डॅन्‌झिंग' असे म्हणत नाहीत. या 'डॅन्‌झिंगला' आता काय म्हणतात?

(a) डान्स्क (b) मॉस्को (c) स्टॅलाग (d) सेंट पीटर्सबर्ग

(४१) काँगो लोकशाही प्रजातंत्राचे एकेकाळी काय नाव होते?

(a) झायेर (b) झांबिया (c) झिंबाब्वे (d) युगांडा

(४२) फिएसा, कोपर व पिरान या एडियाट्रिक समुद्रकिनाऱ्यावरील पर्यटनस्थळांना भेट देण्यासाठी तुम्हाला कोणत्या नवीन देशात जावे लागेल?

(a) क्रोएशिया (b) बेलारूस
(c) एरिट्रिया (d) स्लॉव्हेनिया

(४३) बकरीच्या पोटावरील अतिमृदु केसांपासून तयार केलेल्या कपड्यांसाठी प्रसिद्ध असलेल्या अंगोरा या ॲनाटोलियन शहराला आता कोणत्या नावाने ओळखले जाते?

(a) अंगोरा (b) अरटुरा (c) अंकारा (d) अंगोर

(४४) जगातील सर्वात मोठा असलेला गौतम बुद्धाचा सोन्याचा पुतळा कोणत्या देशात आहे?

(a) भारत (b) थायलंड (c) जपान (d) श्रीलंका

(४५) आंतरराष्ट्रीय दिनांक रेषा खालीलपैकी कोणत्या बेटांच्या जवळून गेली नाही.

(a) तुवालू (b) बहामा (c) टोंगा (d) सामोआ

(४६) कोणता देश कुक आयलंड्स या द्वीपसमूहाला स्वयंशासन करू देतो, पण राजकीयदृष्ट्या या बेटांशी स्वतंत्र संबंध ठेवतो?

(a) ऑस्ट्रेलिया (b) सॉलोमन आयलंड्स
(c) पापुआ न्यूगिनी (d) न्यूझीलंड

(४७) आर. एम. एस. टायटॅनिक, हे जगातील सर्वात मोठे प्रवासी जहाज, त्याच्या पहिल्या सफरीवर असतांना १४ एप्रिल १९१२ रोजी समुद्रात बुडाले. ते लिव्हरपूलला बांधले गेले असे सर्वत्र मानले जाते, परंतु कोणत्या देशात ते बांधले गेले?

(a) बेलफास्ट - उत्तर आयर्लंड (b) एडिंबरो - स्कॉटलंड
(c) लिमरिक - आयर्लंड प्रजातंत्र (d) होलीहेड - वेल्स

(४८) नाझींच्या राजकीय गुन्हेगारांच्या कारागृहांपैकी (कॉन्सेन्ट्रेशन कॅम्पस्) 'ऑसविच' चा कॅम्प सर्वात कुप्रसिद्ध व मृतवत होता, पण तो कोणत्या देशात होता?

(a) पोलंड (b) जर्मनी
(c) झेकोस्लोव्हाकिया (d) लक्झेम्बर्ग

(४९) 'डॉ. लिव्हिंग्स्टन, असे मी गृहीत धरतो' हे सुप्रसिद्ध उद्‌गार हेन्री स्टॅनले यांनी प्रसिद्ध इंग्लिश शोधक प्रवाशाची (एक्सप्लोरर) भेट झाल्यावर काढले. आफ्रिकेतील कोणत्या प्रसिद्ध स्थळी त्यांची भेट झाली?

(a) गीझाचे पिरॅमिड (b) व्हिक्टोरिया धबधबा
(c) लेक टँगानिका (d) टेबल माउंटन

(५०) श्रेष्ठ तत्त्वज्ञ आर्किमिडीज यांनी घनता व तरंगण्याची शक्ती या सिद्धान्ताचा शोध लावला. ग्रीसमध्ये ते जन्मले असे गृहीत धरले जाते. परंतु, प्रत्यक्षात ते कोणत्या भूमध्यबेटाचे (मेडिटेरियन आयलंड) रहिवासी होते?

(a) मेनोरका (b) सायप्रस (c) सिसिली (d) कॉर्सिका

◆◆◆

४ भू-विज्ञान

(१) अमेरिकेतील ॲरिझोनामधल्या ग्रॅण्ड कॅनियनमध्ये, हजारो वर्षांच्या अवधीत, कोलोरॅडो नदीने खोल दरी कोरून काढली आहे. तिच्या रचनेचे वर्णन करण्यासाठी, कोणती भौगोलिक कार्यप्रक्रिया उपयोगात आणता येईल?
(a) ज्वालामुखी क्रिया (व्होल्कॅनिझम)
(b) भूवर्तनीय उन्नती (टेक्टॉनिक अप्लिफ्ट)
(c) निक्षेपण (डिपॉझिशन)
(d) झीज (इरोजन)

(२) पुराजीव महाकल्प युगाची (पॅलिझॉइक एज) सुरुवात कधी झाली?
(a) १९५ दशलक्ष वर्षांपूर्वी (b) २००० दशलक्ष वर्षांपूर्वी
(c) ५४० दशलक्ष वर्षांपूर्वी (d) ४ अब्ज वर्षांपूर्वी

(३) क्रेटशियस कालखंडात प्रचंड लघुउपग्रह (जायंट ॲस्टरॉइड) कुठे पडला - ज्यामुळे या कालखंडाच्या अखेरीस प्रचंड प्रमाणात नाश झाला?
(a) कॅस्पियन समुद्र (b) इंडोचायना
(c) युकॅटन द्वीपकल्प (d) मॅडेगॅसकर

(४) पृथ्वीचा गाभा कशाचा बनला आहे?
(a) निकल व लोखंड (b) चांदी व तांबे
(c) गॅस (d) पारा (मर्क्युरी)

(५) वातावरणाच्या तपांबर या थरात वातावरणाच्या एकूण वजनापैकी किती टक्के वजन एकवटलेले आहे?
(a) ५० (b) ९० (c) ७० (d) ९९

(६) पावसाळी वादळानंतर साधारणत: हे होतात. -
(a) चंद्रग्रहण (b) उल्कापात (मीटीओर शॉवर)
(c) इंद्रधनुष्ये (d) सौर भडका (सोलर फ्लेयर)

(७) खालीलपैकी कोणते भूरूप वाऱ्याच्या अपक्षय कार्यामुळे होत नाही.
(a) ज्युजेन (b) यारदांग
(c) ड्रमलिन (d) भूस्तंभ

(८) सर्वात उष्ण महासागर आणि समुद्र कोणता?
(a) उत्तर ध्रुवीय समुद्र (आर्क्टिक सी), जपानचा समुद्र
(b) प्रशांत महासागर (पॅसिफिक), भूमध्य सागर (मेडिटरेनियन)
(c) हिंद महासागर, लाल समुद्र
(d) अटलांटिक महासागर, बाल्टिक महासागर

(९) सह्याद्री पर्वत हा कोणत्या प्रकारचा पर्वत आहे?
(a) गटपर्वत (b) ज्वालामुखी
(c) घडीचा पर्वत (d) अवशिष्ट पर्वत

(१०) जलजन्य खडकांना (सेडिमेंटरी रॉक्स) डायाजिनेसिसच्या कार्यप्रक्रियेत काय होते? (या प्रक्रियेत वाळू किंवा मातीचे ताजे निक्षेप (डिपॉझिट्स) खडकात रूपांतरित होतात.)
(a) विसर्जन (डिझोल्युशन) (b) कॉम्पॅक्शन
(c) जोडणी (सिमेंटेशन) (d) हे सर्व

(११) पवनओढ माती (लोएस) म्हणजे नक्की काय?
(a) वाऱ्यामुळे आकारित झालेली टेकडी
(b) वाऱ्याने उडालेली बारीक धूळ
(c) मधूनमधून थांबणारा पाट प्रवाह (इंटरमिटंट स्ट्रीम चॅनल)
(d) ऋतूनुसार प्रकाशित व अंधारे रस्ते

(१२) इंडोनेशियातील 'फ्लोरेस' येथील केलि मुटू ज्वालामुखीवरील 'टिवु नुआ मुरी कुही फाह' या ज्वालामुखी सरोवर शृंखलेचे (क्रेटर लेक) जगात सर्वाधिक फोटो काढले गेले आहेत. परंतु, या ज्वालामुखी सरोवर मालिकेच्या नावाचा खरा अर्थ काय?
(a) जीवित व मृतांचे सरोवर (द लेक ऑफ लिव्हिंग ॲण्ड डेड)
(b) शुद्ध हवा व वादळी सरोवर (द लेक ऑफ प्युअर एअर ॲण्ड फाऊल)
(c) चांगले व पापी सरोवर (द लेक ऑफ गुड ॲण्ड ईव्हल)
(d) तरुण पुरुष व अविवाहित तरुणींचे सरोवर (द लेक ऑफ यंग मेन ॲण्ड मेडन्स)

(१३) समुद्र तळावरील फुलावर (ॲबिसल सी फ्लावर) शास्त्रज्ञांना गोळे आढळले. ते कशाचे बनले आहेत?
(a) प्लॅटिनम (b) प्लॉस्टिक
(c) स्टील (d) मॅंगनिझ

(१४) भारतातील दख्खनचे पठार कोणत्या प्रकारचे आहे?
(a) खंडीय पठार

(b) पर्वतपदिय पठार

(c) वायूजन्य पठार

(d) ज्वालामुखी पठार

(१५) सकाळी किंवा संध्याकाळच्या संधिप्रकाशात, आकाशात शंकूच्या आकारात तिरकस वर येणारा अंधुक प्रकाश कोणता?

(a) विविथ प्रकाश (गेगेनश्निन)

(b) राशिमंडळाचा प्रकाश (झोडिॲकल लाइट्स)

(c) अरोरा बोरियालिस (d) अरोरा ऑस्ट्रयालिस

(१६) वातावरणातील स्थित्यांबर या थरात ओझोन स्तरातून कोणत्या प्रकारचे सौरविकिरण (रेडियेशन) जाऊ शकते?

(a) अतिनिल किरण (अल्ट्रा व्हायोलेट रेडियेशन)

(b) वैश्विक सौरविकरण (कॉस्मिक रेडियेशन)

(c) रोएंटजेन सौरविकरण

(d) अवरक्त सौरविकरण (इन्फ्रा रेड रेडियेशन)

(१७) पृथ्वीच्या प्रावरणाची किमान मर्यादा किती असते?

(a) २१०० कि.मी. (b) ३७०० कि.मी.

(c) २९०० कि.मी. (d) १३०० कि.मी.

(१८) नवजीवकल्प युगात (सेनेझोनिक ईरा) पुढीलपैकी कोणते विभाजन झाले?

(a) भारत आफ्रिकेपासून वेगळा झाला.

(b) ग्रीनलंड युरोपपासून वेगळा झाला.

(c) ऑस्ट्रेलिया दक्षिण धृवा (अंटार्क्टिक) पासून वेगळा झाला.

(d) वरीलपैकी सर्व.

(१९) उत्तर आयर्लंडमधल्या 'काउंटी अँट्रिम' या परगण्यात 'जायंट्स कॉजवे' हे जगातील एक पुरातन स्थान आहे. त्यात बेसाल्टचे १२ मीटर उंचीचे, एकमेकांत जोडलेले, अनेक स्तंभ आहेत. त्यांची रचना कशी झाली?

(a) ज्वालामुखी उद्रेक (व्होल्कॅनिक इरप्शन)

(b) नदीकृत झीज (फ्लुव्हियल इरोजन)

(c) हिमनदी निक्षेप (ग्लेशियल डिपॉझिशन)

(d) वारावाहित झीज (एओलियन इरोजन)

(२०) जुरासिक युगामध्ये (२१०-१४५ दशलक्ष वर्षांपूर्वी) कोणत्या डायनॉसोरच्या गटात प्रचंड मोठे प्राणी होते, जसे आजपर्यंत पृथ्वीवर असलेल्या प्राण्यांमध्ये पुढे कधीही झाले नाहीत?

(a) थेरापॉड (b) सॉरोपॉड (c) स्ट्रेगोसॉर (d) सेराटोस्पियन्स

(२१) पुढीलपैकी कोणता जलावरणाचा (हायड्रोस्फियर) भाग नाही?

(a) भूगर्भ जल (अंडरग्राउंड वॉटर) (b) वाफ (वॉटर व्हेपर)

(c) हिमनदी (ग्लेशियर) (d) हे सर्व जलक्षेत्राचे घटक आहेत.

(२२) सूर्यासमोरच्या रविपथाजवळ (एक्लिप्टिक) जो विखुरलेला अंधुक प्रकाशाचा तुकडा आहे, त्याला काय म्हणतात?

(a) अरोरा (b) इंद्रधनुष्य (रेनबो)

(c) उज्ज्वला (फ्लेयर) (d) विवथ प्रकाश (गेगेनश्विन)

(२३) समुद्राच्या पाण्यामध्ये असणाऱ्या क्षारांमध्ये मिठाचे प्रमाण किती टक्के असते?

(a) ५४ (b) ७७.७ (c) ८१.२४ (d) ९०

(२४) काही महासागर सतत वाढत असतात. हे ...... मुळे होते.

(a) पृथ्वीचे परिभ्रमण (रिव्हॉल्व्हिंग ऑफ अर्थ)

(b) सागरी लाटा (टायडल व्हेव्हज्)

(c) सागरी पृष्ठभागाचा फैलाव (सी फ्लोअर स्प्रेडिंग)

(d) पाऊस (रेनफॉल)

(२५) 'लगुना कॅलियन्टस्' या नावाने स्थानिक लोकांत लोकप्रिय असलेले हे ज्वालामुखी सरोवर, कॉस्टारिकातील केवळ दोन ज्वालामुखी सरोवरांपैकी एक असून, ही दोन्हीही एकाच ज्वालामुखीवर आहेत. या ज्वालामुखीचे नाव काय?

(a) रामादोस (b) कोटोहिकी

(c) पोस (d) कोटलीक

(२६) अत्यंत जाडाभरडा गाळ (व्हेरी कोर्स सेडिमेंट), कोरलेल्या प्रवाहातून वाहणारा गाळ (स्ट्रीम चॅनल डिपॉझिट्स), स्तरातून वाहणारा गाळ (शीट फ्लो डिपॉझिट्स), डांबर गाळ (डेब्री-फ्लो डिपॉझिट्स) हे साधारणत: वरच्या बाजूकडे जाड होत जातात. अशा प्रकारच्या साठलेल्या गाळाच्या पर्यावरणाला (डिपॉझिशनल एनव्हायरनमेंट) काय म्हणतात?

(a) गुंफित प्रवाह (ब्रेडेड स्ट्रीम)

(b) जलोढ त्रिभुज (ॲल्युव्हियल फॅन)

(c) वळणे घेत जाणारा गाळ (मियँडरिंग डिपॉझिट्स)

(d) त्रिभुज प्रदेश (डेल्टा)

(२७) एक सरोवर, ज्याचे नाव 'क्रेटर लेक' आहे आणि माउंट माझामावर असलेले हे सरोवर यू. एस. ए. मधल्या मोजक्या ज्वालामुखीसरोवरांपैकी एक आहे; आणि त्याच्या निश्चित गुणधर्म नसलेल्या पातळ दर्जामुळे

(न्यूट्रल-डायल्यूट स्टेटस) हे जगातील सर्वात मोठ्या ताज्या पाण्याच्या साठ्यांपैकी एक आहे. हे ज्वालामुखीसरोवर कुठे आहे?

(a) वॉशिंग्टन (b) दक्षिण कॅरोलिना

(c) ओरेगॉन (d) मोंटाना

(२८) सर्वसाधारणत: 'त्सुनामी' कशातून निर्माण होतात?

(a) वर्तुळाकार वाहणारे प्रचंड वादळ (हरिकेन)

(b) हिमनदी कोरून झालेला आकार (ग्लेशियर कार्व्हिंग)

(c) चक्रवात (सायक्लोन)

(d) खोल महासागरातील भूकंप (डीप ओशन अर्थक्वेक्स)

(२९) कॅल्शियम-ॲल्युमिनियमचे समावेश साधारणत: ...... सापडतात.

(a) लोह उल्का (आयर्न मिटीओराइट्स)

(b) अकॉनड्राइट उल्का (मिटीओराइट्स)

(c) अश्मउल्का (स्टोन मिटीओराइट्स)

(d) कार्बनयुक्त उल्का (कार्बोनेशियम मिटीओराइट्स)

(३०) चंद्राभोवतालच्या वर्तुळाचे (रिंग) कारण काय?

(a) पृथ्वीच्या वातावरणातील धूलिअंश

(b) चंद्राभोवती परिभ्रमण करणारी अपोलो कॅप्सूल

(c) पृथ्वीच्या वातावरणातील हिमकण

(d) यांपैकी कुठलेही उत्तर नाही

(३१) कोणत्या कसोटीनुसार (क्रायटेरियन) होमोस्फियर व हेटेरोस्फियरमध्ये वातावरण विभागले गेले आहे?

(a) रचना (कॉम्पोझिशन) (b) तापमान (टेंपरेचर)

(c) खंड (मास) (d) घनता (डेन्सिटी)

(३२) इओजिन कालखंडाच्या अखेरच्या भागात (२४ - १.८ दशलक्ष वर्षांपूर्वी) हवामान व पर्यावरणासंबंधित जे महत्त्वपूर्ण बदल घडून आले, त्याची निदर्शक कारणीभूत परिस्थिती कोणती?

(a) ज्वालामुखी क्रिया (व्होल्कॅनिझम)

(b) हिमनदीकरण (ग्लेसियेशन)

(c) उल्कांचे आघात (द मिटिओराइट्स इंपॅक्ट्स)

(d) होमिनिडस

(३३) नदीच्या खनन कार्यामुळे खालीलपैकी कोणता भूप्रकार तयार होत नाही.

(a) घळई (b) कुंभगर्ता.

(c) धबधबे (d) यारदांग

(३४) जगातील सर्वात लांब व खोल फिओर्डपैकी काही नॉर्वेमध्ये सापडतात. त्यांची रचना कोणत्या प्रक्रियेमुळे झाली?

(a) ज्वालामुखी क्रिया (व्होल्कॅनिझम)

(b) हिमनदीकरण (ग्लेसिएशन)

(c) प्लेट टॅक्टॉनिक्स

(d) भू-पृष्ठीय प्रक्रिया (सब एरियल प्रोसेस)

(३५) केंब्रियन कालखंडाविषयक (५४०-५०० दशलक्ष वर्षांपूर्वी) पुढीलपैकी कोणती वस्तुस्थिती खरी आहे?

(a) त्याच्या अखेरीस प्रचंड नाश घडला.

(b) सुमारे ५० वेगवेगळ्या प्रमुख गटांचे अवयवयुक्त परिपूर्ण जीव (ऑरगॅनिझम्स) बाहेर आले.

(c) हवामान सौम्य होते.

(d) वरील सर्व

(३६) दुर्बलावरणाची (अॅस्थेनोस्फियर) प्रमुख भूमिका कोणती?

(a) ते पृथ्वीचे भूकंपापासून रक्षण करते.

(b) ते उष्णता उत्पन्न करते.

(c) ते खनिज पदार्थांनी संपन्न आहे.

(d) ते भूपटलाला आधार देते.

(३७) रात्रीच्या आकाशात बऱ्याच वेळा ध्रुवांजवळ लाल, पिवळे किंवा हिरवे काय दिसते?

(a) अरोरा (b) विविथप्रकाश (ग्रेगेनश्चिन)

(c) राशीमंडळाचा प्रकाश (झोडियॅकल लाइट्स)

(d) प्लेग

(३८) खालीलपैकी कोणता दक्षिण अटलांटिक समुद्र प्रवाह आहे?

(a) बेंग्वेला प्रवाह (b) लॅब्राडोर प्रवाह

(c) कॅनरी प्रवाह (d) क्यूरोशिओ प्रवाह

(३९) प्रवाळांचे (कोरल) वर्गीकरण कशामध्ये केले जाते?

(a) प्राणी (b) खडक (c) वनस्पती (d) शंखशिंपले

(४०) 'रूआपेहू' अथवा रडणारे पाणी (वीपिंग वॉटर्स), एका भयंकर अरिष्टाचे स्थान होते. इथे ज्वालामुखीतील 'लाव्हारसामुळे' एक रेल्वे रुळावरून फेकली गेली आणि सुमारे १७० लोक मृत्युमुखी पडले. रूआपेहू कोणत्या देशात आहे?

(a) इंडोनेशिया (b) जपान (c) आइसलंड (d) न्यूझीलंड

(४१) अधूनमधून अगाध महासागराच्या तळाशी (डीप ओशन फ्लोअर) निर्जन स्थानी काही ठिकाणी आपल्याला खंडित गाळ (क्लास्टिक सेडिमेंट्स) सापडतो. सूक्ष्म वाळूपासून ते गोलाइम (बोल्डर्स) किंवा गारगोट्या (पेबल्स) अशा वेगवेगळ्या आकारांत तो असतो. भूखंड कुठेही दृष्टिपथात नसताना हा कुठून येतो?

(a) ये-जा करणारी जहाजे (b) नमवणी (सबडक्शन)
(c) परग्रहवासी (एलियन) (d) हिमशैल (आइसबर्ग)

(४२) कॅरिबियनमध्ये बरेच ज्वालामुखी आहेत, ज्यांचे नाव 'सौफ्रियेर' आहे. परंतु या सौफ्रियरांपैकी एकालाच ज्वालामुखीसरोवर आहे; तो कोणता?

(a) सौफ्रियर - गुआडेलोप (b) सौफ्रियेर - सेंट व्हिन्सेंट
(c) सौफ्रियेर - मॉन्ट्सेराट (d) सौफ्रियेर - सेंट किट्स्

(४३) महासागरी तळाच्या स्थलाकृतीला (ओशन फ्लोअर टोपॉग्राफी) काय म्हणतात?

(a) समुद्रतळ मानचित्रण (सी फ्लोअर मॅपिंग)
(b) भूकंप-विज्ञान (सेस्मॉलॉजी)
(c) सागरी नकाशे (बॅथीमेट्रि)
(d) जलविज्ञान (ॲक्वालॉजी)

(४४) १९३८ साली पकडण्यात येईपर्यंत कोणता प्राणी विलुप्त झाला आहे, असे गृहीत धरले गेले होते?

(a) ओअरफिश (b) मेगॅमाउथ शार्क
(c) जायंट स्क्विड (d) कोएलाकान्थ

(४५) लाल भरती-ओहोटी (रेड टाइट्स) कशामुळे होते?

(a) परिल्पावीजीव (प्लँक्टन) (b) डायनो फ्लॉजिलेटस
(c) सिंधुपंक (डायाटॉमस) (d) प्रवर (केल्प)

(४६) विद्युत्वादळे (थंडरस्टॉर्म्स) कुठे होतात?

(a) स्थितांबर (स्ट्रेटोस्फियर) (b) तपांबर (ट्रोपोस्फियर)
(c) आयोनोस्फियर (d) उष्मीयक्षेत्र (थर्मोस्फियर)

(४७) उष्णांबर (थर्मोस्फियर) स्तराचे दुसरे नाव काय?

(a) चुंबकीय क्षेत्र (मॅग्नोस्फियर) (b) अँट्रोपोस्फियर
(c) क्रायोस्फियर (d) आयोनोस्फियर

(४८) 'मेसॉझॉनिक' युगाचे लोकप्रिय नाव कोणते?

(a) संक्रमण युग (एज ऑफ ट्रांझिशन)
(b) डायनोसॉर युग
(c) कोनिफर युग (d) पक्षियुग (एज ऑफ बर्ड्स)

(४९) कॅरिबियनमधल्या ॲन्टिगुआ येथील 'डेव्हिल्स ब्रिज' ही एक नैसर्गिक कमान आहे. ही कशी तयार झाली?

(a) तटीय गाळ निक्षेपण (कोस्टल डिपॉझिशन)

(b) सागरी झीज (मरीन ईरोजन)

(c) वारावाहीत झीज (एओलियन ईरोजन)

(d) जलोढ गाळ निक्षेपण (ॲल्युव्हियल डिपॉझिशन)

(५०) जगातील बहुतांशी ज्वालामुखीसरोवरे इंडोनेशियात आहेत, हे उचितच आहे; कारण जगातील कुठल्याही देशाहून अधिक ज्वालामुखी इंडोनेशियात आहेत. पुढीलपैकी कोणते ज्वालामुखीसरोवर किंवा ज्वालामुखीसरोवर मालिका (क्रेटर लेक सीरीज) इंडोनेशियात नाहीत?

(a) कावाह पुतिह (b) युगामा लेक

(c) केलि मुदु मालिका (d) बातुर लेक

◆◆◆

५ पर्वत आणि ज्वालामुखी

(१) 'रिंग ऑफ फायर' (आगीचे वर्तुळ) नाव असलेली ज्वालामुखींची साखळी कुठे आहे?
(a) ॲटलांटिक महासागर (b) प्रशांत (पॅसिफिक) महासागर
(c) हिंद (इंडियन) महासागर (d) भू-मध्य समुद्र (मेडिटेरियन सी)

(२) कोणत्या ज्वालामुखीच्या उद्रेकामुळे सौरविकिरणावर परिणाम होऊन, पृथ्वीवरील सर्व ठिकाणी प्रमुख बदल घडून आले?
(a) माउंट सेंट हेलेना (b) केलुट
(c) क्राकाटोआ (d) माउंट पेली

(३) पुढीलपैकी कोणाला 'निळे पर्वत' (ब्लू माउंटन्स) म्हणतात?
(a) हिमालय (b) निलगिरी (c) ॲन्डीज (d) रॉकीज

(४) ज्वालामुखीच्या आरंभामुळे आणि क्रियेमुळे तयार झालेल्या उष्ण पाण्याच्या झऱ्यांना काय म्हणतात?
(a) उन्हाळी कारंजे (गीझर) (b) औषधी पाण्याचा झरा (स्पा)
(c) ओहोळ (रिल्स) (d) कारंजे (फाउंटन)

(५) जगातील सर्वात नवीन पर्वतरांगेचे नाव ..... आहे.
(a) आल्प्स (b) ॲण्डीज (c) हिमालय (d) रॉकीज

(६) पृथ्वीवरील सर्वात मोठा ज्वालामुखी कोणता?
(a) मॉना लोआ (b) मॉना की
(c) माउंट एटना (d) माउंट फ्यूजी

(७) बहुतेक भूकंप किती खोलावर घडून येतात?
(a) भू-पृष्ठापासून ८० कि.मी हून कमी अंतरावर
(b) भू-पृष्ठापासून ४० कि.मी हून कमी अंतरावर
(c) भू-पृष्ठापासून २४ कि.मी हून कमी अंतरावर
(d) भू-पृष्ठापासून १६ कि.मी हून कमी अंतरावर

(८) इतिहासात नोंदला गेलेला सर्वांत प्राणघातक भूकंप कुठे झाला?
(a) रशिया (b) यू. एस. ए.
(c) चीन (d) इंडोनेशिया

(९) समुद्रसपाटीपासून जगातील सर्वात उंच असलेला ज्वालामुखी कोणता?
(a) माउंट एटना (b) ओजोस डेल सालाडो
(c) मॉना की (d) माउंट सेंट हेलेना

(१०) 'माउंट किलिमांजारो' कुठे आहे?
(a) दक्षिण आफ्रिका (b) इथियोपिया (c) टांझानिया (d) केनिया

(११) अन्नपूर्णा शिखर कुठे आहे?
(a) दक्षिण आफ्रिका (b) नेपाळ (c) चीन (d) स्वित्झर्लंड

(१२) 'माउंट ईरीबस' कुठे आहे?
(a) रशिया (b) पेरू
(c) दक्षिण ध्रुव (अंटार्क्टिका) (d) चिली

(१३) 'माउंट स्नोडॉन' कुठे आहे?
(a) स्कॉटलंड (b) वेल्स (c) न्यूझीलंड (d) आयर्लंड

(१४) कोणते शिखर हे विषुववृत्तावर असूनही नेहमी बर्फाच्छादित असते?
(a) टूबकल (b) मॅकिन्ले
(c) किलिमांजारो (d) केनिया

(१५) जगातील सातवे उंच शिखर, 'धौलगिरी' या नावाचा अर्थ काय?
(a) महाकाय (द जायंट)
(b) हिममोती (पर्ल ऑफ द स्नो)
(c) स्वर्गदेवता (गॉडेस ऑफ द स्काय)
(d) सफेद पर्वत (व्हाइट माउंटन)

(१६) १९९१ साली ज्या ज्वालामुखीच्या उद्रेकामुळे दशलक्षावधी टन राख वातावरणात फेकली गेली आणि भयंकर अनर्थ झाला, तो 'पिनाटुलो' ज्वालामुखी कुठे आहे?
(a) इंडोनेशिया (b) फिलिपाईन्स (c) तैवान (d) जपान

(१७) 'माऊंट कुक' कुठे आहे?
(a) हवाई (b) दक्षिण आफ्रिका
(c) कॅलिफोर्निया (d) न्यूझीलंड

(१८) अजूनही जागृत असलेला 'काटमाई' ज्वालामुखी कुठे आहे?
(a) कॅनडा (b) अलास्का (c) हवाई (d) इंडोनेशिया

(१९) 'बेन नेव्हिस' नावाची पर्वतरांग युरोपमधील कोणत्या देशात आहे?
(a) पोलंड (b) स्कॉटलंड (c) ऑस्ट्रिया (d) जर्मनी

(२०) इ. स. ७९ मध्ये ज्या ज्वालामुखी उद्रेकामुळे पॉम्पाई शहर जमिनीखाली गाडले गेले, त्या ज्वालामुखीचे नाव काय?

(a) माउंट पेली (b) एल चिचॉन
(c) माउंट व्हेसुव्हियस (d) माउंट पिनाट्युबो

(२१) आल्प्स पर्वतरांगेतील 'मौं ब्लांक' हे सर्वात उंच शिखर कोणत्या देशात आहे?
(a) स्वित्झर्लंड (b) फ्रान्स (c) इटली (d) ऑस्ट्रिया

(२२) कोणत्या देशातील सर्वात उंच शिखराला 'रास टशन' म्हणतात?
(a) केनिया (b) सूदान (c) एरिट्रिया (d) इथियोपिया

(२३) स्वित्झर्लंडमधल्या सर्वांत उंच शिखराचे नाव काय?
(a) डोफाऊरस्पिट्झ (b) मॅटरहॉर्न
(c) युंगफ्राऊ (d) ऑलिम्पस

(२४) दक्षिण ध्रुवातील (अंटार्क्टिक) सर्वात उंच शिखर कोणते?
(a) माउंट सिडली (b) चार्लस
(c) प्रिंसेस (d) व्हिंसन मॅसिफ

(२५) ॲनेटो, पोसेटस आणि पेर्डिडो ही कोणत्या पर्वतरांगेतील तीन सर्वात उंच शिखरे आहेत?
(a) पायरेनीज (b) अपेन्नाईन
(c) पेन्नाईन (d) कार्पाथियन

(२६) जगातील सर्वात उंच जागृत ज्वालामुखी कोणता?
(a) आराकार (b) कोटोपॅक्सी
(c) पोपोकॅटेपेटल (d) सॅन पेट्रो

(२७) उत्तर कॅलिफोर्नियातून ब्रिटिश कोलंबियापर्यंत कोणती पर्वतरांग जाते?
(a) सियेरा नेव्हाडा (b) सेल्व्हिन्स
(c) ॲडिरॉनडॅक (d) कॅसकेड्स

(२८) 'टेटॉन रेंज' हा रॉकी पर्वतमालेचा एक भाग आहे. तो यू. एस. ए. मधील कोणत्या राज्यात आहे?
(a) कोलोरॅडो आणि नेव्हाडा (b) मॉँटाना आणि वायोमिंग
(c) वॉशिंग्टन आणि ओरेगॉन d) वायोमिंग आणि आयडॅहो

(२९) मोरोक्कोपासून अल्जेरियापर्यंत, पूर्वेहून पश्चिमेकडे कोणती पर्वतमाला जाते?
(a) किरगिझ रेंज (b) कॉकेशस
(c) कारपॅथियन (d) अँटलास माउंटन

(३०) यू. एस. ए. मधील (अलास्का वगळता) कोणती पर्वतरांग सर्वांत उंच आहे?
(a) सियेरा नेव्हाडा (b) ॲप्पालाचियन्स
(c) ग्रीन माउंटन्स (d) ॲडिरॉनडॅक

(३१) स्पेनच्या बहुतांशी भागाला फ्रान्सपासून वेगळे करणाऱ्या पर्वतरांगेचे नाव काय?

(a) टॉरस माउंटन (b) आल्प्स

(c) पायरेनीस (d) किरगीझ रेंज

(३२) 'पोपोकॅटेपेटल' हा ज्वालामुखी अजूनही अधूनमधून धूर बाहेर फेकतो. तो कुठे आहे?

(a) चिली (b) अर्जेंटिना

(c) मेक्सिको (d) बोलिव्हिया

(३३) 'इरेबस' ज्वालामुखी कोठे आहे?

(a) हवाई (b) दक्षिण ध्रुवीय (अंटार्क्टिका)

(c) ग्रीनलंड (d) अलास्का

(३४) आर्क्टिक वृत्तात स्थित असलेल्या सर्वात उंच पर्वतरांगेचे नाव काय?

(a) व्हाइट माउंटन्स (b) किरगीझ रेंज (c) ब्रुक्स रेंज (d) युकॉन

(३५) 'केंब्रियन' पर्वत कोणत्या देशात आहेत?

(a) वेल्स (b) न्यूझीलंड (c) स्कॉटलंड (d) मोरोक्को

(३६) मध्य नॉर्वेतील कोणत्या पठारावर २२८६ मीटर्सपर्यंत उंची असलेली शिखरे आहेत?

(a) सायलेन (b) डोव्हरयेल

(c) जोस्तेदलब्रीन (d) हॅरडँगरव्हिडा

(३७) युक्रेनमधील कारपाथियन पर्वतातील कोणत्या खिंडीला 'तातर खिंड' असेही म्हणतात? १२४१ साली हंगेरीवर आक्रमण करताना मंगोलांनी या खिंडीचा उपयोग केला होता.

(a) लुपकौ (b) तात्रा

(c) गेर्लाकोव्हका (d) जॅबलोनिका

(३८) 'क्रॉकाटोआ' स्फोट हा मानवाला माहीत असलेला सर्वात मोठा नैसर्गिक आवाज आहे. या स्फोटाचे ठिकाण कोणते?

(a) डिएगो गार्शिया (हिंदी महासागराच्या मध्यभागी)

(b) ऑस्ट्रेलिया

(c) फिलिपाईन्स

(d) रॉड्रिग्ज आयलंड्स (हिंदी महासागर, मॉरिशसजवळील द्वीप)

(३९) उत्तर अमेरिका खंडातील सर्वात उंच शिखर कोणते आहे?

(a) मॅकिन्ले (b) मौंट ब्लांक

(c) इरिबस (d) मौंट एटना

(४०) दक्षिण अर्धगोलार्धातील सर्वात उंच शिखर कोणते?

(a) ॲकॉनकाग्वा (b) मर्सेडारिओ हुआस्कारान

(c) सजार्ना (d) कोटोपॅक्सी

(४१) पूर्वीच्या सोव्हिएट युनियनमधला सर्वात उंच पर्वत कोणता?

(a) रास दशान (b) व्हिंसन मॅसिफ

(c) इस्माईल सेमानी (d) ग्लॉस ग्लॉकनेर

(४२) न्यूयॉर्क राज्याच्या उत्तर-पूर्व भागात कोणते पर्वत आहेत?

(a) ग्रीन माउंटन्स (b) कॅलिको माउंटन्स

(c) ब्लू रिज (d) ॲडिरॉनडॅक

(४३) जगातील सर्वात लांब पर्वतमाला कोणती?

(a) ॲण्डीज (b) रॉकीज (c) हिमालय (d) पायरेनीज

(४४) दक्षिण टर्कीमध्ये कोणते पर्वत आहेत?

(a) ॲटलास माउंटन्स (b) टॉरस माउंटन्स

(c) कॉकेशियस माउंटन्स (d) युरल्स

(४५) पश्चिम अर्धगोलार्धातील (वेस्टर्न हेमिस्फियर) सर्वात उंच पर्वत कोणता?

(a) माउंट ॲकॉन कागुआ (b) माउंट मॅकिन्ले

(c) माउंट हुड (d) माउंट बेकर

(४६) कोणत्या देशात उत्तरेकडून दक्षिणेपर्यंत 'द ग्रेट डिव्हायडिंग रेंज' ही पर्वतश्रेणी आहे?

(a) कॅनडा (b) अर्जेंटिना

(c) जपान (d) ऑस्ट्रेलिया

(४७) उत्तर युरोपातील हॉर्डालिंड, बास्केरूड आणि टेलेमार्क या परगण्यातील (काउंटीज) कोणते नॉर्वेजियन पठार (प्लॅटू), उत्तर युरोपातील सर्वात मोठे पठार आहे? यात १८५९ मीटर्स पर्यंत उंच शिखरे आहेत.

(a) डोव्हयेल (b) हार्डनजेर्व्हिडा

(c) रॉण्डेन (d) योस्टेडाल्सब्रीन

(४८) ही आल्पाईन खिंड (२४६८ मीटर्स) व्हॅले, स्वित्झर्लंड आणि ऑस्ता, इटली यांना जोडते. पूर्वी रोमला जाण्यासाठी यात्रेकरू व ख्रिस्ती धर्माधिकाऱ्यांनी या खिंडीतून वरचेवर प्रवास केला. इ. स. १८०० मध्ये फ्रेंच सम्राट नेपोलियनने उत्तर इटलीच्या मोहिमेवर जाताना त्यांच्या सैन्याच्या ४०,००० तुकड्यांसाठी या खिंडीचा उपयोग केला.

(a) ग्रेट सेंट बर्नार्ड (b) मौंट सेनिस

(c) सेंट बर्नार्ड (d) सेंट गॉथार्ड

(४९) मौंट सिनाई हे उंच शिखर कोणत्या देशात आहे?

    (a) दक्षिण आफ्रिका   (b) इराण

    (c) इराक   (d) इजिप्त

(५०) पेनिसिलिव्हेनियापासून उत्तर जॉर्जियापर्यंत कोणती पर्वतमाला पसरली आहे?

    (a) ब्लू रिज माउंटन्स   (b) ग्रीन माउंटन्स

    (c) ॲलेघेनीज   (d) ओझार्कस

◆◆◆

६ वाळवंटे

(१) अॅटाकामा वाळवंटाला जगातील सर्वात शुष्क वाळवंट मानले जाते आणि तिथे फार थोडा पाऊस पडतो. हे वाळवंट कोणत्या महाद्वीपात (कॉंटिनेंट) आहे?

(a) आफ्रिका (b) दक्षिण अमेरिका

(c) ऑस्ट्रेलिया (d) उत्तर अमेरिका

(२) पुराच्या लोंढ्यामुळे (फ्लॅश फ्लडिंग) तयार झालेल्या दरीला काय म्हणतात?

(a) मेसा (b) नाली (गली)

(c) बुट्टे (d) दरी (व्हॅली)

(३) पुढीलपैकी कोणता पर्याय वाळवंटाचे योग्य वर्णन करतो?

(a) प्रत्येक वर्षी साधारणत: १५० मि.मी. पेक्षा कमी पाऊस; वनस्पतीचा अभाव.

(b) दरवर्षी साधारणत: ५० मि.मी. पेक्षा कमी पाऊस, वनस्पती ५०% हून कमी.

(c) दरवर्षी किमान ३०० मि.मी. पाऊस; वनस्पती ५०% हून कमी.

(d) दरवर्षी साधारणत: २५० मि.मी. हून कमी पाऊस; वनस्पती ५०% हून कमी.

(४) 'रब-अल-खालि' वाळवंट कुठे आहे?

(a) दक्षिण अमेरिका

(b) दक्षिण युरोप

(c) दक्षिण आफ्रिका

(d) दक्षिण अरबी द्वीपकल्प (पेनिनसूला)

(५) दक्षिण ध्रुवीय क्षेत्राचे (अंटार्क्टिका) शीत वाळवंट म्हणून वर्गीकरण केले गेले आहे. हे वाळवंट किती मोठे आहे?

(a) ८.९५ दशलक्ष चौरस कि.मी. (b) १४ दशलक्ष चौरस कि.मी.

(c) १२.१ दशलक्ष चौरस कि.मी. (d) ७.२५ दशलक्ष चौरस कि.मी.

(६) चिहुआहुआन वाळवंट कोणत्या देशात आहे?

(a) दक्षिण आफ्रिका

(b) दक्षिण अरबी द्वीपकल्प (पेनिनसूला)

(c) उत्तर आफ्रिका

(d) मेक्सिको

(७) पर्वतांनी वेढलेल्या आणि निचऱ्यामुळे मधोमध उथळ सरोवर असणाऱ्या चपट्या शुष्क दरीला (फ्लॅट ॲरिड व्हॅली) काय म्हणतात?

(a) पठार (प्लॅटो) (b) अर्ग प्रदेश

(c) वाळवंटी पठार (हमाडा) (d) बोलसन

(८) चंद्रकोरीच्या आकाराच्या वाळूच्या टेकड्यांना (सँड ड्यून्स) काय म्हणतात?

(a) अर्ग (b) वाडी (c) वाळूची टेकडी (d) बारखन

(९) गोबी वाळवंट कशामुळे शुष्क होते?

(a) तिबेटी पठार (b) यांगत्से नदी

(c) हिमालय (d) भू-परिभ्रमण

(१०) वाळवंटांच्या संबंधात अर्ग म्हणजे काय?

(a) वाळू निक्षेप (सॅण्ड स्लाइड)

(b) धोकादायक असलेली वाळूची टेकडी (सॅण्ड ड्यून)

(c) वाऱ्याने वाहून आलेल्या वाळू व टेकडीची मोठी सपाट जागा

(d) वनस्पतीचा इतरांपासून दूर असलेला भाग

(११) यांपैकी कोणते वाळवंट आफ्रिकेत नाही?

(a) नमीब (b) गोबी (c) सहारा (d) कालाहारी

(१२) सर्वोच्च तापमानाची आत्तापर्यंतची नोंद पृथ्वीवर कुठे केली गेली आहे?

(a) कालाहारी वाळवंट (b) डेथ व्हॅली

(c) एल अझिझिया (d) अरबी वाळवंट

(१३) जेव्हा डोंगरावरून पाणी वाळवंटाच्या मध्यावर जमते, तेव्हा त्या सरोवराला काय म्हणतात?

(a) निचरा झालेले सरोवर (ड्रेनेज लेक)

(b) मध्यवर्ती सरोवर (सेंट्रल लेक)

(c) प्लाया सरोवर

(d) संचित सरोवर (अक्युम्युलेटरी लेक)

(१४) वाळवंटाचे मुख्य प्रकार कोणते?

(a) उष्ण वाळवंटे, गरम (वॉर्म) वाळवंटे

(b) उष्ण वाळवंटे, शीतोष्ण वाळवंटे

(c) केवळ उष्ण वाळवंटे

(d) उष्ण वाळवंटे, शीतल वाळवंटे

(१५) वाळवंटी भू-प्रकारात मेसा, बुट्टे आणि वाडी यांचा समावेश असतो. वाळूच्या टेकड्या (सॅण्ड ड्यून्स) कशामुळे तयार होतात?

(a) पवन झीज (विंड इरोजन) (b) वाळू झीज (सँड इरोजन)

(c) जल झीज (वॉटर इरोजन) (d) वाळूचे संचयन

(१६) पाण्याचे तीव्र दुर्भिक्ष असलेल्या नापीक, उजाड भागाला काय म्हणतात?

(a) उष्णकटिबंधीय पर्जन्य जंगले (ट्रॉपिकल रेन फॉरेस्ट्स)

(b) वाळवंटे

(c) उष्ण कटिबंधीय गवताळ प्रदेश (सव्हाना)

(d) गवताळ प्रदेश (प्रेयरीज)

(१७) 'सोकोट्रा कॉरमॉरान्टस' या पक्ष्यांचे एकमेव आश्रयस्थान फक्त पर्शियन आखातात आहे. कॉरमॉरान्टस हे जरी सागरी पक्षी असले, तरी ते या बहरैनी बेटांवर आश्रय घेतात. जे ९०% टक्क्यांहून अधिक वाळवंट आहे. त्या द्वीपसमूहाचे नाव द्या.

(a) किश आयलंड्स (b) आम्वाज आयलंड्स

(c) टुंन आयलंड्स (d) हावर आयलंड्स

(१८) रॉकी माउंटन्स आणि सियेरा नेव्हाडा यांच्यामध्ये असलेल्या मोठ्या पठाराला (प्लॅटू) 'ग्रेट बेसिन' असे म्हणतात. हा अत्यंत कोरडा, उष्ण प्रदेश असून तो युहाटचा अर्धा भाग, नेव्हाडाचा बहुतांशी भाग आणि ओरेगॉन, कॅलिफोर्निया, वायोमिंग व आयडॅहो यांचे काही भाग यांमध्ये पसरलेला आहे. या साधारणत: लहान वाळवंटातील कोणता भाग 'द ग्रेट बेसिनचा' (मोठे नदीपात्र) भाग नाही?

(a) आमारगोसा वाळवंट (b) ओवीही वाळवंट

(c) यप वाळवंट (d) युमा वाळवंट

(१९) खालीलपैकी कोणते वाळवंट ऑस्ट्रेलियन वाळवंटाचा भाग नाही?

(a) गिब्सन (b) ग्रेट सँडी

(c) सिम्पसन (d) गोबी

(२०) पुढीलपैकी कोणते वाळवंट उत्तर किंवा दक्षिण अमेरिकेत नाही?

(a) आटाकॅमा वाळवंट (b) मोजावे वाळवंट

(c) टाकलामाकान (d) पॅटागोनिया वाळवंट

(२१) पुढीलपैकी कोणते उत्तर, सहारा वाळवंटाचे उचित स्थान दाखविते?

(a) विषुववृत्ताच्या उत्तरेस (नॉर्थ ऑफ इक्वेटर), मकरवृत्तावर (टॉपिक ऑफ केप्रिकॉन)

(b) विषुववृत्तावर (इक्वेटर)

(c) विषुववृत्ताच्या दक्षिणेस (साउथ ऑफ इक्वेटर), कर्कवृत्ताच्या पलीकडे (टॉपिक ऑफ कॅन्सर)
(d) विषुववृत्ताच्या उत्तरेस, कर्कवृत्तावर

(२२) आर्द्र हवामानाखेरीज कोरड्या राहणाऱ्या खाडी (चॅनल) किंवा नालीला (गल्ली) काय म्हणतात?
(a) निवाप (फनेल) (b) वाळवंटी पठार (हमाडा)
(c) वाडी (d) जलोढ त्रिभूज (अॅल्युव्हियल फॅन)

(२३) जल अपक्षयामुळे (वॉटर इरोजन) वेगळ्या होणाऱ्या पठाराच्या (प्लेटू) किंवा टोपण शिळेच्या (कॅप रॉक) अगदी लहान भागाला काय म्हणतात?
(a) मेसा (b) उंचवटा (ड्यून)
(c) अर्ग (d) बुट्टे

(२४) उत्तर आफ्रिकेतील सहारा वाळवंट किती मोठे आहे?
(a) ९,०६०,००० चौरस कि.मी. (b) ८,०३५,००० चौरस कि.मी.
(c) ७,२९४,००० चौरस कि.मी. (d) ९,१२०,००० चौरस कि.मी

(२५) ०.२ मि.मी. पासून २.०० मि.मी. व्यास असलेल्या सूक्ष्म कणांना काय म्हणतात?
(a) जलोढक (अॅल्युव्हियम) (b) वाळू (सॅण्ड)
(c) क्षार (सॉल्ट) (d) धूळ (डस्ट)

(२६) सागुआरो निवडुंग -
(a) सरासरी ३०० वर्षे जगू शकतो.
(b) त्याच्या मुळांची रचना २० फूट खोलावर जाते.
(c) वसंतऋतूत त्याला लाल रंगाची फुले येतात.
(d) सुमारे ३० फूट उंच असतो.

(२७) जेव्हा दोन किंवा त्याहून अधिक जलोढ त्रिभुज (अॅल्युव्हियल फॅन्स) एकत्र जोडले जातात, तेव्हा त्यांना काय म्हणतात?
(a) बोलसन (b) वाळवंटी पठार (हमाडा)
(c) बजदा (d) बारखन

(२८) कोणते उत्तर तीन ऑस्ट्रेलियन वाळवंटे दर्शविते?
(a) गिब्सन डेझर्ट, ग्रेट सॅण्डी डेझर्ट, सोनोरॅन डेझर्ट
(b) ग्रेट सॅण्डी डेझर्ट, गिब्सन डेझर्ट, थार डेझर्ट
(c) ग्रेट सॅण्डी डेझर्ट, सिंपसन डेझर्ट, गिब्सन डेझर्ट
(d) सिनाई डेझर्ट, गिब्सन डेझर्ट, नुबीयन डेझर्ट

(२९) सिंप्सन / अश्मिक (स्टोनी) वाळवंट कुठे आहे?

(a) उत्तर आफ्रिका (b) ऑस्ट्रेलिया

(c) अमेरिका (d) मेक्सिको

(३०) सहारानंतर जगातील दुसरे मोठे वाळवंट कोणते?

(a) गोबी (b) अरबी (c) ग्रेट व्हिक्टोरिया (d) कालाहारी

(३१) 'ग्रेट सॅण्डी डेझर्ट' नावाचे वाळवंट कोठे आहे?

(a) ऑस्ट्रेलिया (b) उत्तर आफ्रिका

(c) चिली (d) मेक्सिको

(३२) चिहुआहुआन वाळवंट कोठे आहे?

(a) अर्जेंटिना (b) मेक्सिको (c) चिली (d) उत्तर आफ्रिका

(३३) 'पेंटेड डेझर्ट' (रंगविलेले वाळवंट) असेही कोणाचे दुसरे नाव आहे?

(a) पँटागोनियन (b) सोनोरॅन (c) कोलोरॅडो (d) कालाहारी

(३४) कोणत्या महाद्वीपावर (कॉन्टिनेंट) प्रमुख वाळवंटी भाग नाहीत?

(a) आशिया (b) युरोप

(c) दक्षिण अमेरिका (d) उत्तर अमेरिका

(३५) ऑस्ट्रेलियातील स्थलपृष्ठाचा (लंड सर्फेस) किती टक्के भाग वाळवंट असून, तो जगातील सर्वाधिक शुष्क महाद्वीप आहे?

(a) १० (b) ३५ (c) ४० (d) ५०

(३६) जगातील सर्वात मोठे वाळवंट कोणते?

(a) सहारा (b) ऑस्ट्रेलियन (c) गोबी (d) उत्तर अमेरिका

(३७) एकंदरीत कोणते कारण वाळवंटीकरणाला कारणीभूत आहेत?

(a) वाढत्या लोकसंख्येच्या दबावामुळे, जंगलकट्टी (डीफॉरेस्टेशन) आणि शेतकऱ्यांकडील अधिकतम जनावरे.

(b) सिंचन (इरिगेशन) आणि कीटकनाशक औषधांचा (पेस्टीसाइडस) वापर करून केलेली सधन शेती (इंटेन्सिव्ह ॲग्रिकल्चर).

(c) भूमिगत पाणी (ग्राउंड वॉटर) आणि सागरसपाटीच्या उंचीत वाढ.

(d) हवामानातील अतिशय टोकाला जाणारे बदल - खास करून दुष्काळ.

(३८) भू-प्रदेशाच्या संपूर्ण भागातील सुमारे ४०% भागांना शुष्क जमीन मानले जाते. वाळवंटीकरणामुळे या शुष्क जमिनीतील किती टक्के जमिनीवर परिणाम होतो?

(a) १ ते १० (b) १० ते २० (c) २० ते ३० (d) ३० ते ४०

(३९) वाळवंटीकरणावर मात करण्यासाठी उपभोक्ते कोणत्या प्रकारे योगदान देऊ शकतात?

(a) कापसी (कॉटन) व काष्ठावरील (वुड) पर्यावरणसंबंधित लेबलवर लक्ष ठेवणे.

(b) पाण्याची बचत करणाऱ्या हॉटेलांची निवड करणे आणि शुष्क भागात प्रवास करताना पाण्याचा कमी वापर करणे.

(c) वाळवंटे असलेल्या देशात प्रवास करू नये.

(d) ऋतूंनुसार सेंद्रिय फळे व भाज्यांची निवड करणे.

(४०) जे भाग आधीपासूनच शुष्क असतात, त्या भागांवर हवामानातील बदलावांचा अधिक प्रखर प्रभाव पडतो. आय. पी. सी. सी. (इंटरनॅशनल पॅनल ऑन क्लायमेट चेंज - हवामान बदलाशी संबंधित आंतरराष्ट्रीय मंडळ) या मंडळाला, तापमानात किती वाढ अपेक्षित आहे?

(a) ० - १.१° सें. (b) २.० - २.५° सें.

(c) १.४ - ४.५° सें. (d) १.४ - ५.८° सें.

(४१) कोणत्या वाळवंटामध्ये तापमान आणखी वाढण्याचा अंदाज आहे?

(a) सहारामध्ये (b) सव्हानामध्ये

(c) आइसलँडमधल्या एडॅफिक वाळवंटामध्ये

(d) उत्तरध्रुवीय प्रदेशातील (आर्क्टिक) हिमवाळवंटामध्ये

(४२) भटक्या जमातीच्या लोकांनी हजारो वर्षांपासून वाळवंटे, शुष्क प्रदेश व उष्ण कटिबंधीय (सव्हाना) इथे उपजीविका विकसित केली आहे. पुढीलपैकी कोणते गट त्यांचे आहेत?

(a) मोंगोल (b) मोनोकॅन (c) मसाई (d) तुआरेग

(४३) वाळवंट नेहमीच असते.

(a) उष्ण (b) शीत (c) वाळूमय (d) शुष्क

(४४) ॲरिझोना, मेक्सिको आणि कॅलिफोर्नियाच्या काही भागात असलेल्या वाळवंटाचे नाव आहे. -

(a) सॉनोरान वाळवंट

(b) द व्हॅली ऑफ द सन (सूर्याची दरी)

(c) डेथ व्हॅली (मृत दरी) (d) गोबी वाळवंट

(४५) वाळवंटातील मातीत जी बुरशी असते तिच्यामुळे ..... होते.

(a) व्हॅली फीव्हर (b) ॲथलेट्स फूट

(c) दमा (अस्थमा) (d) धूली (डस्ट) व्हायरस

(४६) वाळवंटांमध्ये अपक्षयाचे (इरोजन) मुख्य कारण आहे -

(a) वाळूचे वादळ (सॅण्ड ब्लास्ट) आणि वाऱ्याची वाहतूक (विंड ट्रान्स्पोर्ट)

(b) वाहते पाणी

(c) भूमिसर्पण (सॉइल क्रीपिंग) व प्रचंड अपव्ययाचे इतर प्रकार
(d) रासायनिक अपक्षय (केमिकल व्हेदरिंग)

(४७) कोलोरॅडो पठाराशी संबंधित असलेल्या भू-स्वरूपांमध्ये (लँडफॉर्म) -
(a) मेसाज (b) बुट्टे
(c) महाधळई (ग्रँडकॅनन) (d) हे सर्व

(४८) कोणत्या दोन नद्या सहारा वाळवंटातून जातात?
(a) नाईल आणि नायजेर (b) नायजेर आणि काँगो
(c) नाईल आणि झांबेझी (d) नायजेर आणि काँगो

(४९) सहारा वाळवंटात वनस्पतींच्या किती प्रजाती (स्पीशीज) आढळून येतात?
(a) १२०० वर्ग (b) ८९६ वर्ग (c) ७५० वर्ग (d) ५५० वर्ग

(५०) खालीलपैकी कोणती जोडी चूक आहे?

वाळवंट		देश
(a) मोहावे	-	अमेरिका
(b) गिब्सन	-	ऑस्ट्रेलिया
(c) पेंटागोनियन	-	अर्जेंटिना
(d) टाकला माकन	-	इराण

◆◆◆

७ जलाशये

(१) ११०३४ मीटर्स खोलीवर असलेला 'मरीयाना ट्रेंच' हा पृथ्वीवरील सर्वात खोल गर्ता कोणत्या महासागरात आहे?

(a) प्रशांत (पॅसिफिक) (b) अटलांटिक

(c) हिंद (इंडियन) (d) उत्तरध्रुवीय (आर्क्टिक)

(२) 'युबोइया' बेटावर पाण्याचा एक जलमार्ग (चॅनल) आहे, ज्याने शास्त्रज्ञांना गोंधळात टाकले आहे. हा समुद्रप्रवाह (करंट) प्रत्यक्षात दिवसातून १४ वेळा आपल्या प्रवाहाची दिशा बदलतो. हे बेट कोणत्या समुद्रात आहे?

(a) आर्क्टिक समुद्र (b) बाल्टिक समुद्र

(c) एर्डियाटिक समुद्र (d) अरबी समुद्र

(३) उत्तर-पूर्व अलास्का, उत्तर-पश्चिम कॅनडा आणि उत्तर ध्रुवीय द्वीपसमूहाच्या (आर्क्टिक आर्किपेलॅगो) पश्चिम किनाऱ्यावरील उत्तर ध्रुवीय महासागराचा (आर्क्टिक ओशन) हा समुद्र एक भाग आहे.

(a) ब्यूफोर्ट समुद्र (b) बेरिंग समुद्र

(c) चुक्ची समुद्र (d) लॅब्रेडॉर समुद्र

(४) 'कॅमचॅटका' द्वीपकल्प (पेनिनसूला) आणि 'कुरिल' बेटे यांच्या पश्चिमेस कोणता समुद्र प्रशांत महासागराची (पॅसिफिक ओशन) उपखाडी आहे? 'सॅखालिन' बेट यांच्या दक्षिण-पश्चिमेस आहे.

(a) लॅपटेव्ह समुद्र (b) ओखोटस्क समुद्र

(c) बेरिंग समुद्र (d) पूर्व सायबेरियन समुद्र

(५) जगातील सर्वात खालच्या पातळीवरील सरोवर (लेक) कोणते?

(a) मृत समुद्र (b) बाल्टिक सी (c) कॅस्पियन सी (d) लाल समुद्र

(६) हिमनदीय बर्फाच्या स्वरूपात जगातील किती टक्के ताज्या पाण्याचा साठा आहे?

(a) ४० (b) ५० (c) ६० (d) ७०

(७) अरबी समुद्र (अरेबियन सी) व पर्शियन आखात (गल्फ) ..... ने जोडलेले आहेत.

(a) पाल्क सामुद्रधुनी (स्ट्रेट)

(b) बाब अल् मांडेब सामुद्रधुनी (स्ट्रेट)
(c) होरमझ सामुद्रधुनी (स्ट्रेट)
(d) मेसिना सामुद्रधुनी (स्ट्रेट)

(८) महासागरांची सरासरी खोली (डेप्थ) किती आहे?
(a) २६१० मीटर्स (b) ३७३० मीटर्स
(c) ४८४० मीटर्स (d) ५६२० मीटर्स

(९) ऑस्ट्रेलिया (उत्तर प्रांत) आणि न्यूगिनी (पश्चिम आयरियन) यांच्या किनाऱ्यालगत कोणता समुद्र आहे?
(a) टस्मान समुद्र (b) कोरल समुद्र
(c) ॲराफ्युरा समुद्र (d) तिमोर समुद्र

(१०) पुढीलपैकी कोणाला 'व्हॅनिशिंग ओशन' (नाहीसा होणारा महासागर) असे म्हणतात?
(a) ॲटलांटिक (b) उत्तर ध्रुवीय (आर्क्टिक)
(c) प्रशांत (पॅसिफिक) (d) हिंद (इंडियन)

(११) पुढीलपैकी कोणत्या भागात पाण्याचा उत्कलनबिंदू (बॉईलिंग पॉइंट) सर्वात उच्चतम आहे?
(a) मृत समुद्र (b) क्वेट्टा
(c) नाइल डेल्टा (त्रिभुज प्रदेश) (d) फिजी बेटे

(१२) पुढीलपैकी कोणता शीत महासागरी प्रवाह (कोल्ड वॉटर करंट) आहे?
(a) गल्फ स्ट्रीम (b) लॅब्रेडॉर
(c) क्युरोशिवो (d) विषुववृत्ती प्रवाह

(१३) नॉर्वे आणि रशियाच्या उत्तरेस आणि 'स्पिट्सबर्जेन' व 'नॉवाया झिमल्या' यांच्यामध्ये असलेल्या उत्तर ध्रुवीय महासागराचा भाग असणारा समुद्र कोणता?
(a) नॉर्वेजियन समुद्र (b) बॅरेन्टस समुद्र
(c) पांढरा समुद्र (d) काळा समुद्र

(१४) जगातील सर्वात उंच सरोवर कोणते?
(a) लेक व्हिक्टोरिया (b) लेक बायो-बायो
(c) लेक टिटिकेक (d) लेक नासेर

(१५) यापैकी कोणता दक्षिण अमेरिकन देश दोन महासागरांच्या किनाऱ्यावर आहे?
(a) पेरू (b) ब्राझिल
(c) कोलंबिया (d) अर्जेंटिना

(१६) ताज्या पाण्याचे सर्वात मोठे सरोवर कोणते?
(a) लेक बैकल (b) लेक सुपीरियर
(c) लेक टँगानिका (d) लेक विनिपिग

(१७) कोणता 'नवीन' महासागर अंटार्क्टिकाच्या सभोवतीच्या पाण्याची मर्यादा स्पष्ट करतो?
(a) ट्रान्स पॅसिफिक महासागर
(b) दक्षिण ध्रुवीय (अंटार्क्टिक) महासागर
(c) दक्षिणी महासागर (d) ऑस्ट्रेलियन महासागर

(१८) पूर्णपणे कॅनडाच्या आत असलेले सर्वात मोठे प्राकृतिक सरोवर (नॅचरल लेक) कोणते?
(a) लेक ऑन्टॅरियो (b) ग्रेट बियर लेक
(c) लेक विनिपिग (d) ग्रेट स्लाव्ह लेक

(१९) 'कोको नॉर' हे सरोवर कुठे आहे?
(a) हंगेरी (b) स्वित्झर्लंड (c) चीन (d) युगांडा

(२०) 'द ग्रेट ऑस्ट्रेलियन बाईट' (उपसागर) हा कोणत्या मोठ्या जलाशयाचा भाग आहे?
(a) हिंद (इंडियन) महासागर (b) कोरल समुद्र
(c) प्रशांत (पॅसिफिक) महासागर (d) तिमोर समुद्र

(२१) कोणत्या महासागरात देवामाशांव्यतिरिक्त (व्हेल्स) इतर कोणतेही सस्तन प्राणी आढळून येत नाहीत?
(a) उत्तर ध्रुवीय (आर्क्टिक) (b) दक्षिण ध्रुवीय (अंटार्क्टिक)
(c) अटलांटिक (d) हिंद महासागर

(२२) पुढीलपैकी कोणता देश एकाच महासागराच्या किनाऱ्यावर आहे?
(a) रशिया (b) ऑस्ट्रेलिया
(c) दक्षिण आफ्रिका (d) जपान

(२३) गतकाळातील महासागरांच्या अभ्यासासाठी कशाचा उपयोग केला जातो?
(a) प्रवाळ (कोरल्स)
(b) अथांग सागरी गाभा (डीप सी कोअर्स)
(c) वेगवेगळ्या खोलींवरील पाणी
(d) बुडालेल्या जहाजांचे अवषेश (शिप रेक)

(२४) ग्रीनलंड आणि आइसलँडच्या मध्ये कोणता जलाशय आहे?
(a) बॅफिन बे (आखात) (b) डेन्मार्क स्ट्रेट (सामुद्रधुनी)
(c) डेव्हिस स्ट्रेट (d) ब्युफोर्ट सी

(२५) दिआगो-गार्सिया हे बेट कोणत्या महासागरात आहे?
(a) अ‍ॅटलांटिक (b) हिंदी महासागर
(c) प्रशांत (d) उत्तर धृवीय महासागर

(२६) पृथ्वीवरील सर्वात लहान महासागर कोणता?
(a) हिंद (इंडियन) महासागर (b) अ‍ॅटलांटिक महासागर
(c) प्रशांत (पॅसिफिक) महासागर (d) उत्तर ध्रुवीय (आर्क्टिक) महासागर

(२७) भूमीवरील आर्द्रतेचा (टेरेस्ट्रियल मॉईश्चर) मुख्य उगम कोणता?
(a) सरोवरे (b) नद्या (c) महासागर (d) समुद्र

(२८) यू. एस. ए. महाद्वीपाच्या (कॉंटिनेंटल) पूर्णपणे अंतर्गत असलेले सर्वात मोठे प्राकृतिक सरोवर (नॅचरल लेक) कोणते?
(a) लेक ऑफ द वुड (b) लेक एरी
(c) लेक मिशिगन (d) ग्रेट सॉल्ट लेक

(२९) स्वीडन आणि फिनलंडच्यामध्ये कोणते जलाशय आहे?
(a) व्हाईट सी (सफेद समुद्र)
(b) गल्फ ऑफ फिनलंड
(c) गल्फ ऑफ बॉथनिया
(d) बाल्टिक समुद्र

(३०) 'बॉसपोरस स्ट्रेट' याला काळ्या समुद्राशी (ब्लॅक सी) जोडणारे जलाशय कोणते?
(a) सी ऑफ मार्मारा (b) एजियन समुद्र
(c) भूमध्य (मेडिटरेनियन) समुद्र (d) आयोनियन समुद्र

(३१) पुढीलपैकी कोणते कृत्रिम (मॅन मेड) सरोवर आहे?
(a) लेक बैकाल (b) लेक मिशिगन
(c) लेक पॉवेल (d) लेक बाल्कहॅश

(३२) कोणत्या महासागरात वारंवार वादळे होतात?
(a) हिंद महासागर
(b) अ‍ॅटलांटिक महासागर
(c) प्रशांत (पॅसिफिक) महासागर
(d) दक्षिण ध्रुवीय (अंटार्क्टिक) महासागर

(३३) महासागरांमध्ये नवीन द्वीपे (आयलंड्स) कशामुळे तयार होतात?
(a) ज्वालामुखी (b) चक्रवात (सायक्लोन)
(c) भूकंप (d) हिमनग (आइसबर्ग)

(३४) ज्या भागातून विमाने व जहाजे गूढरीत्या नाहीशी होतात, तो 'बर्म्युडा ट्रँगल' हा प्रदेश कोणत्या महासागरात आहे?
(a) उत्तर प्रशांत (पॅसिफिक) (b) दक्षिण प्रशांत (पॅसिफिक)
(c) उत्तर अॅटलांटिक (d) दक्षिण अॅटलांटिक

(३५) पृथ्वीवर कोणत्या स्वरूपात पाणी मुबलक प्रमाणात उपलब्ध आहे?
(a) हिम (स्नो) (b) सागरी जल (सी वॉटर)
(c) ताजे पाणी (फ्रेश वॉटर) (d) ढग (क्लाउड्स)

(३६) 'गल्फ स्ट्रीम' हा आखाती प्रवाह कुठे सक्रिय आहे?
(a) अॅटलांटिक महासागर (b) हिंद महासागर
(c) प्रशांत महासागर
(d) उत्तर ध्रुवीय (आर्क्टिक) महासागर

(३७) वानूआतु, तुवालू, किरीबाती आणि सॉलोमन आयर्लंड्स ही द्वीपे तुम्हाला कोणत्या महासागरात सापडतील?
(a) प्रशांत (पॅसिफिक) (b) अॅटलांटिक
(c) हिंद (इंडियन) (d) दक्षिण ध्रुवीय (अंटार्क्टिक)

(३८) कोणते आखात (गल्फ) 'लॅटव्हियाच्या' किनाऱ्यावर आहे?
(a) द गल्फ ऑफ रीगा (b) गल्फ ऑफ फिनलंड
(c) द लॅटव्हियन गल्फ (d) गल्फ ऑफ दौगाव्हा

(३९) 'साउथहेंपटन आयलंड' हे द्वीप कोणत्या उपसागरात आहे?
(a) बॅफिन बे (b) ऊंगावा बे (c) जेम्स बे (d) हडसन बे

(४०) पुढीलपैकी कोणती जगातील सर्वांत मोठा उपसागर आहे?
(a) बॅफिन बे (b) बंगालचा उपसागर (बे ऑफ बेंगाल)
(c) हडसन बे (d) गल्फ ऑफ कार्पेंटेरिया

(४१) लाल समुद्राच्या (रेड सी) किनाऱ्यावर किती देश आहेत?
(a) पाच (b) सहा (c) आठ (d) चार

(४२) 'ग्रेट सॉल्ट लेक' हे सरोवर कुठे आहे?
(a) अमेरिका (b) स्वित्झर्लंड (c) फिनलंड (d) ऑस्ट्रेलिया

(४३) कॅनडा मधील मोठ्या सरोवराचे नाव काय?
(a) लेक ग्रेट बीयर (b) लेक एरी
(c) लेक ऑंटारियो (d) लेक सुपीरियर

(४४) जगातील सर्वात जुने सरोवर कोणते?
(a) लेक बैकल (b) लेक खुवसगुल
(c) लेक ओल्डफोक (d) लेक बेरियेसा

(४५) मादागासकरच्या पश्चिमेस कोणता जलाशय आहे?

(a) हिंद महासागर (b) मोझांबिक स्ट्रेट
(c) मोझांबिक चॅनल (d) सी ऑफ मागास्ली

(४६) कोणत्या महासागरात हजारो हिमनग विखुरले असून दरवर्षी त्यात १५००० पर्यंत नवीन हिमनग तयार होतात?

(a) प्रशांत (पॅसिफिक) (b) अॅटलांटिक
(c) उत्तर ध्रुवीय (आर्क्टिक) (d) दक्षिण ध्रुवीय (अंटार्क्टिक)

(४७) बहुधा,दरवर्षी असा कोणता मोठा प्राकृतिक समुद्रप्रवाह (ओशन करंट) प्रशांत महासागरात तयार होतो की, जो समुद्रपातळी खाली जाण्यास पाण्याचे तापमान वाढण्यास, मुसळधार पाऊस पडण्यास व प्रवाळ भित्तींचा नाश होण्यास कारणीभूत ठरतो.

(a) कॅनरी (b) इक्वेटोरियल
(c) एल नीनो (d) हंबोल्ट

(४८) व्हॅन ब्लॉमेन्स्टिन सरोवर दक्षिण अमेरिकेतील कोणत्या देशात आहे?

(a) ब्राझील (b) सूरीनाम (c) पेरू (d) गयाना

(४९) 'हडसन बे'ची दक्षिणी भुजा असलेला जलाशय कोणता?

(a) जेम्स बे (b) गल्फ ऑफ बूथिया
(c) बॅफिन बे (d) उन्गावा बे

(५०) तिमोर समुद्राच्या पूर्वेस असलेल्या समुद्राचे नाव काय?

(a) सॅवू सी (b) अॅराफ्युरा सी
(c) फ्लोअर्स सी (d) बँडा सी

◆◆◆

८ नद्या आणि धबधबे

(१) पश्चिमेकडे वाहणारी जगातील सर्वांत लांब नदी कोणती?
(a) काँगो (b) ॲमेझॉन (c) नाईल (d) कोलोरॅडो

(२) 'मरे डार्लिंग' नदी कोणत्या देशात आहे?
(a) दक्षिण आफ्रिका (b) कॅनडा (c) ऑस्ट्रेलिया (d) स्कॉटलंड

(३) 'लिस्बन' कोणत्या नदीवर वसलेले आहे?
(a) एस्ला (b) डुएरो (c) सेग्युरा (d) टॅगस

(४) सुमारे ९७० मैल लांबीची आणि साधारणत: पश्चिमी दिशेने वाहत जाऊन मिसिसिपी नदीत जाऊन मिसळणारी नदी कोणती?
(a) सस्क्वेहॅन्ना (b) पेकॉस (c) कोलंबिया (d) ओहीयो

(५) ॲपुरिमॅकचे उंचावरील पाणी (हेड वॉटर) दक्षिण अमेरिकेतील कोणत्या नदीचा उगम आहे?
(a) ॲमेझॉन (b) पराना (c) कोलंबिया (d) झांबेझी

(६) बगदादमधून कोणती नदी वाहते?
(a) टायग्रिस (b) नाईल (c) सीन (d) जॉर्डन

(७) उंचाईसाठी जगप्रसिद्ध असलेल्या धबधब्याचे नाव काय?
(a) योस्माईट फॉल्स (b) व्हिक्टोरिया फॉल्स
(c) ऐंजल फॉल्स (d) नायगारा फॉल्स

(८) न्यू बुन्सविक आणि प्रिन्स एडवर्ड आयलंड या कॅनडातील प्रदेशांमधून कोणता प्रमुख जलमार्ग (वॉटर वे) वाहतो?
(a) सेंट लॉरेन्स रिव्हर (b) नॉर्थंबरलंड स्ट्रेट
(c) स्ट्रेट ऑफ जुआन द फ्युका (d) डेव्हिस स्ट्रेट

(९) युरोपमधली सर्वांत लांब नदी कोणती?
(a) सीन (b) ऱ्हाईन (c) डॅन्यूब (d) व्होल्गा

(१०) 'ग्रेट कॅमारँग फॉल्स' हा धबधबा कुठे आहे?
(a) गयाना (b) झांबिया (c) झिंबाब्वे (d) झायेर

(११) ॲमेझॉनचा उगम कोणत्या देशात आहे?
(a) इक्वेडोर (b) पेरू (c) चिली (d) ब्राझील

(१२) पुढील सर्व नद्या उत्तरेकडे वाहत जाऊन उत्तर ध्रुवीय महासागरात (आर्क्टिक ओशन) मिळतात. पण कोणत्या नदीला सर्वांत मोठा त्रिभुज प्रदेश (डेल्टा) आहे?

(a) लेना (b) ओब (c) मॅकेंझी (d) पेचोरा

(१३) कामा, समरा आणि ओका या कोणत्या महत्त्वपूर्ण नदीच्या सहायक नद्या (ट्रिब्यूटरीज) आहेत?

(a) चीन, व्हिएटनाम आणि कंबोडिया मधली मेकाँग

(b) जपानमधील टोन

(c) बांगलादेश आणि भारतातील ब्रह्मपुत्रा

(d) रशियातील व्होल्गा

(१४) 'सदरलंड फॉल्स' हा कोणत्या देशातील सर्वांत उंच धबधबा आहे?

(a) न्यूझीलंड (b) कॅनडा

(c) युनायटेड किंगडम (d) यू. एस. ए.

(१५) जगातील सर्वांत लांब नदी कोणती?

(a) मिसिसिपी (b) ऱ्हाईन (c) ॲमेझॉन (d) नाईल

(१६) कोणत्या नदीच्या पाण्याचे प्रमाण (व्हॉल्यूम) सर्वांत अधिक आहे?

(a) ॲमेझॉन (b) ऱ्हाईन (c) नाईल (d) मिसिसिपी

(१७) कंबोडियातील सर्वात मोठी नदी कोणती?

(a) मेकाँग (b) यांगत्से (c) यलो (d) हिज

(१८) 'एंजल फॉल्स' हा जगातील सर्वात उंच धबधबा, कोणत्या देशात आहे?

(a) बोलिव्हिया (b) कोलंबिया (c) ऊरुग्वे (d) व्हेनुझुएला

(१९) पापुआ न्यू गिनीमधली सर्वात लांब नदी कोणती?

(a) मरे (b) सेपिक

(c) माओरी (d) पोर्ट मॉर्सबी क्रीक

(२०) दक्षिण चीनमधील कोणत्या नदीच्या सुपीक त्रिभुज प्रदेशाला 'मासे, भात व फळांची भूमी' (लँड ऑफ फिश, राइस अँड फ्रूट) असे म्हणतात?

(a) यांगत्से (b) पर्ल (c) हुआंग हो (d) ओब

(२१) 'ॲलिगेटर रिव्हर्स वाइल्ड लाइफ सँक्चुरी' या अभयारण्यातील 'जिम जिम फॉल्स' हे धबधबे कोणत्या देशात आहेत?

(a) ऑस्ट्रेलिया (b) न्यूझीलंड (c) अर्जेंटिना (d) ब्राझिल

(२२) ज्या नदीकिनारी एक प्रसिद्ध युद्ध झाले, ती आयर्लंडमधली कोणती नदी आयरिश समुद्राला जाऊन मिळते?

(a) शॅनन (b) बॉयन (c) ब्लॅकवॉटर (d) नॉर्व्हे

(२३) ऑस्ट्रेलियातील सर्वात लांब आणि थंडीमध्ये कोरडी होणारी नदी कोणती?
(a) डार्लिंग (b) जॉर्जिना (c) मलिगन (d) गिलबर्ट

(२४) ब्रह्मपुत्रा नदीचा उगम कुठे होतो?
(a) मानसरोवर (b) कैलास (c) लिडाव खोरे (d) नेपाळ

(२५) रिबन फॉल्स हे धबधबे कुठे आहेत?
(a) व्हेनेझुएला (b) न्यूझीलंड
(c) कॅलिफोर्निया (d) इंग्लंड

(२६) पुढीलपैकी कोणती नदी विषुववृत्ताला (इक्वेटर) दोनदा ओलांडते?
(a) काँगो (b) टायग्रिस (c) नाईल (d) ॲमेझॉन

(२७) युरल, लेनिस्की आणि लीना नद्या कोणत्या देशातून वाहतात?
(a) पोलंड (b) रूमेनिया (c) रशिया (d) बल्गेरिया

(२८) टॅगस नदी तुम्हाला कोणत्या देशात आढळेल?
(a) हॉलंड (b) इटली (c) पोर्तुगाल (d) स्पेन

(२९) न्यूयॉर्क कोणत्या नदीवर वसले आहे?
(a) हडसन (b) सीन (c) मिसिसिप्पी (d) मिसुरी

(३०) व्होल्गा नदी कोणत्या समुद्रास जाऊन मिळते?
(a) कॅस्पियन सी (b) बाल्टिक सी
(c) एड्रियॅटिक सी (d) रेड सी

(३१) स्पेनमधली सर्वात लांब नदी कोणती?
(a) डौरो (b) टॅगस
(c) एब्रो (d) गुआडॅलक्विव्हिर

(३२) अलकनंदा आणि भागीरथीचा संगम कुठे होतो?
(a) रुद्रप्रयाग (b) दुवाप्रयाग (c) कर्णप्रयाग (d) हृषीकेश

(३३) आस्वान डॅम हे धरण कोणत्या नदीवर आहे?
(a) झाएर (b) नायगर (c) नाईल (d) झांबेझी

(३४) कोणत्या सुंदर नदीने योहॅन स्ट्रॉसला सुप्रसिद्ध वॉल्झ संगीताच्या रचनेची प्रेरणा दिली?
(a) थेम्स (b) डॅन्यूब (c) व्होल्गा (d) ऱ्हाईन

(३५) ट्रमेलबाख फॉल्स हा धबधबा ..... आहे.
(a) स्वित्झर्लंड (b) नॉर्वे (c) न्यूझीलंड (d) कॅनडा

(३६) 'मिलस्ट्रीम फॉल्स' हे काय आहेत?
(a) हवाईतील सर्वात उंच धबधबा
(b) ऑस्ट्रेलियातील सर्वात उंच धबधबा

(c) ऑस्ट्रेलियातील सर्वात रुंद धबधबा
(d) हवाईतील सर्वात रुंद धबधबा

(३७) उत्तर युरोपातील सर्वात उंच धबधबा कोणत्या देशात आहे?
(a) जर्मनी (b) आईसलंड
(c) स्वित्झर्लंड (d) नॉर्वे

(३८) कॅनडातील पुढील धबधब्यांपैकी कोणता धबधबा सर्वात उंच आहे?
(a) ताकाक्काव फॉल्स (b) डेला फॉल्स
(c) हनलेन फॉल्स (d) पॅन्थर फॉल्स

(३९) गंगेला बांगलादेशात कोणत्या नावाने ओळखतात?
(a) पद्मा (b) भागीरथी (c) नुब्रा (d) रिपनारायण

(४०) लूल, डाल आणि ऊमे या कोणत्या देशाच्या प्रमुख नद्या आहेत?
(a) इंडोनेशिया (b) स्वीडन (c) मलेशिया (d) डेन्मार्क

(४१) रियो ग्रॅण्ड ही नदी टेक्सास व मेक्सिकोच्या सीमेवरून वाहते. परंतु, रियो ग्रॅण्डचा आरंभ कोणत्या राज्यात होतो?
(a) टेक्सस (b) ॲरिझोना
(c) न्यू मेक्सिको (d) कोलोरॅडो

(४२) ब्रह्मपुत्रेचा उगम कोणत्या देशात आहे?
(a) चीन (b) नेपाळ (c) थायलंड (d) बांगलादेश

(४३) जगातील सर्वात लांबीच्या पहिल्या पाच नद्यांपैकी किती नद्या चीनमधून वाहतात?
(a) १ (b) २ (c) ३ (d) ४

(४४) लिस्बन या पोर्तुगालच्या राजधानीतून कोणती नदी वाहते?
(a) टायबर (b) एब्रो (c) थेम्स (d) टॅगस

(४५) कोणती नदी, जिचा नदीसंघ आर्यटिश नदीत आहे, ती त्याच नावाच्या आखातात (गल्फ) वाहते?
(a) ओब (b) लेना (c) येनिसे (d) व्होल्गा

(४६) नाईल नदीची सहायक नदी, जिचे नाव ब्लू नाईल आहे, ती पुढीलपैकी कोणत्या देशातून वाहते?
(a) केनिया (b) इजिप्त (c) इथिओपिया (d) युगांडा

(४७) दक्षिण ऑस्ट्रेलियामार्गे, समुद्रात पोहोचण्यापूर्वी मरे नदी, न्यू साउथ वेल्स आणि व्हिक्टोरिया या ऑस्ट्रेलियन राज्यांमधल्या सीमेवरून वाहते. पुढीलपैकी कोणती नदी मरे नदीची सहायक नदी (ट्रिब्युटरी) आहे?
(a) डायमॅनटिना (b) डार्लिंग (c) पॅरामॅट्टा (d) स्वान

(४८) काँगो ही आफ्रिकेतील दुसरी-सर्वात लांब नदी आहे. पुढीलपैकी कोणती नदी तिला येऊन मिळते?

(a) लिंपोपो (b) ओकावांगो (c) झांबेझी (d) युबांगी

(४९) डॅन्यूब नदी अनेक प्रदेशांतून वाहते आणि पूर्व युरोपातील वेगवेगळ्या भाषा व सांस्कृतिक गुणविशेषांचे प्रतिनिधित्व करते. पुढीलपैकी कोणती डॅन्यूबची सहायक नदी (ट्रिब्युटरी) आहे?

(a) साव्हा (b) व्हिस्ट्युला (c) लात्वा (d) निएस्टर

(५०) व्हिक्टोरिया फॉल्स या धबधब्यावरून कोणती नदी वाहते?

(a) झांबेझी (b) नाईल (c) काँगो (d) ऑरेंज

◆◆◆

१ द्वीप

(१) पूर्णपणे इंडोनेशियन असलेले सर्वात मोठे द्वीप कोणते?
(a) बोर्नियो (b) न्यू गिनी
(c) जावा (d) सुमात्रा

(२) लॉकेल्समधील काईल या मुख्यभूमीतील (मेनलँड) नगराला ओलांडून कोणत्या स्कॉटिश द्वीपावर पोहोचता येते?
(a) मल (b) स्काये
(c) किंटायर (d) ल्युईस

(३) आयलंड ऑफ जर्सी हा कोणत्या द्वीपसमूहाचा भाग आहे?
(a) बिस्मार्क आयलंड्स (b) कनेरी आयलंड्स
(c) चॅनल आयलंड्स (d) कॅरोलाईन आयलंड्स

(४) जगातील सर्वात मोठे द्वीप कोणते आहे?
(a) ग्रिनलँड (b) मादागास्कर
(c) जावा (d) आर्यलँड

(५) मेक्सिकोच्या किनाऱ्याजवळ असलेल्या फ्रेंच प्रशांत महासागरी द्वीपाचे (फ्रेंच पॅसिफिक आयलंड) नाव द्या. एका इंग्लिश समुद्रचाचाने (पायरेट) याचा शोध लावला आणि तळ म्हणून त्याचा उपयोग केला. या समुद्र चाचाचे नाव, या द्वीपाशी मिळतेजुळते आहे.
(a) क्लिपर्टन आयलंड (b) रॉबिन्सन क्रुसो आयलंड
(c) हेण्डरसन आयलंड (d) अलेक्झांडर सेलकर्क आयलंड

(६) हिंदी महासागरातील कोणते प्रवाळ कंकण (अटोल) मालदीव द्वीपांचा भाग असून, त्याच्या मुख्य वसाहतीला हिटाडू असे म्हणतात?
(a) नॉर्थ मेल (b) अड्डू अटोल
(c) साउथ मेल (d) अल्डाब्रा

(७) कोणत्या कॅरिबियन राष्ट्राची पिच दगड ही प्रमुख निर्यात आहे? (अस्फाल्ट डांबर बनविण्यास याचा वापर होतो.)
(a) बहामा (b) त्रिनीदाद आणि टोबॅगो
(c) सेंट किटस आणि नेव्हिस (d) सेंट व्हिंसेंट आणि ग्रॅनाडाईन्स

(८) तांबड्या समुद्रातील (रेड सी) सर्वात मोठे द्वीप कोणत्या देशाचे आहे?
(a) एरिट्रिया (b) सुदान (c) सौदी अरेबिया (d) येमेन

(९) सर्वात मोठे आयरिश द्वीप कोणते?
(a) ॲरन (b) इंशमोअर (c) रॅथलिन (d) ॲचिल

(१०) कोणत्या देशाची राजधानी व्हिटी लेव्हू या द्वीपावर आहे?
(a) वानुआतू (b) मॉरिशियस (c) किरीबाटी (d) फिजी

(११) कोणत्या खाडीत (बे) आकिमिस्की द्वीप आहे?
(a) जेम्स बे (b) बॅफिन बे (c) हडसन बे (d) फ्रॉबिशर बे

(१२) फोव्हू स्ट्रेट (स्ट्रेट - सामुद्रधुनी) कोणत्या प्रमुख द्वीपापासून दक्षिण द्वीपाला (न्यूझीलंड) अलग करतो?
(a) नॉर्थ आयलंड (b) स्ट्युवर्ट आयलंड
(c) रेस ल्युशन आयलंड (d) ताना आयलंड

(१३) "अट्टू आयलंड" हे द्वीप, कोणत्या देशाचे सर्वात पश्चिमेकडील टोक आहे?
(a) इंडोनेशिया (b) युनायटेड किंग्डम
(c) युनायटेड स्टेट्स ऑफ अमेरिका (d) फिलीपाईन्स

(१४) पुढीलपैकी कोणते द्वीप स्वहक्काने एकेकाळी राष्ट्र होते, परंतु आता दुसऱ्या देशात अंतर्भूत झाले आहे?
(a) बियोको (b) झांझीबार (c) झांबिया (d) सोकोट्रा

(१५) सिसिली आणि सार्डिनिया ही इटलीतील दोन सर्वात मोठी द्वीपे आहेत इटलीतील तिसरे सर्वात मोठे द्वीप कोणते?
(a) एल्बा (b) इशिया
(c) पॅन्टेल्लेरिया (d) लिपारी

(१६) तास्मानिया हे ऑस्ट्रेलियन राज्य आहे. तास्मानियाशिवाय, या राज्यातील सर्वात मोठे द्वीप कोणते?
(a) फ्लिंडर्स आयलंड (b) किंग आयलंड
(c) केप बॅरन आयलंड (d) मरिया आयलंड

(१७) प्रशांत महासागरात (पॅसिफिक) कोणते द्वीप चार द्वीपांपैकी सर्वात छोटे आहे आणि पिटकैर्न द्वीपांच्या ब्रिटिश वसाहतीचा भाग आहे?
(a) ड्युसी आयलंड (b) ओएनो आयलंड
(c) पिटकैर्न आयलंड (d) हेंडरसन आयलंड

(१८) चिली सरकारमार्फत कोणत्या संपूर्ण द्वीपाला ऐतिहासिक स्मारक म्हणून घोषित करण्यात आले आहे?

(a) गॅलेपॅगोस आयलंड्स (b) पिटकैर्न आयलंड्स
(c) ईस्टर आयलंड्स (d) हाऊलँड आयलंड्स

(१९) सर्वात मोठे रशियन द्वीप कोणते?
(a) नोवाया झीमल्या (b) कोलुयेव्ह
(c) रँगेल (d) सॅरवालिन

(२०) जपानमधील सर्वात मोठे द्वीप कोणते?
(a) होक्कायडो (b) होंशू
(c) क्युशू (d) शिकोकू

(२१) 'अ‍ॅड्रियनॉफ आयलंड्स' हे द्वीप कुठे आहे?
(a) अलास्काजवळ (b) दक्षिण अमेरिकेजवळ
(c) चीनजवळ (d) ऑस्ट्रेलियाजवळ

(२२) दक्षिण ऑर्कनी द्वीपसमूहांमधील सर्वात मोठे द्वीप कोणते आणि ते देवमाशांच्या शिकारी जहाजांचा (व्हेलर्स) तळ होते.
(a) दक्षिण जॉर्जिया (b) कॉरोनेशन आयलंड
(c) लॉरी आयलंड (d) इनअ‍ॅक्सिसेबल आयलंड

(२३) कोणते प्रशांत महासागरी द्वीप चिलीच्या मालकीहक्कात आहे आणि डेफोएचा नायक रॉबिनसन क्रुसोच्या, मूळ व्यक्तीचे त्याला नाव दिले आहे.
(a) हेंडरसन आयलंड (b) पिटकैर्न आयलंड
(c) क्लिपरटन आयलंड (d) अलेक्झांडर सेलकर्क आयलंड

(२४) पोर्ट ब्लेअर ही अंदमान द्वीपसमूहाची राजधानी ज्या द्वीपावर आहे, त्याचे नाव सांगा.
(a) उत्तर अंदमान (b) छोटे अंदमान
(c) मध्य अंदमान (d) दक्षिण अंदमान

(२५) येमेनचे सर्वात मोठे द्वीप कोणते?
(a) कॅ मारॅन आयलंड (b) हनिंश आयलंड
(c) सोकोट्रा (d) झुगर

(२६) दक्षिण जॉर्जिया द्वीप हे कोणत्या राष्ट्रावर निर्भर आहे?
(a) अमेरिका (b) फ्रान्स
(c) नेदरलँड्स (d) ग्रेट ब्रिटन

(२७) लुझॉन हा द्वीप कोणत्या देशाचा आहे?
(a) इंडोनेशिया (b) फिलीपाइन्स
(c) जपान (d) चीन

(२८) ट्रिस्टन डी कुन्हा हे द्वीप अॅटलांटिक महासागरात आहे. कोणत्या देशाची त्यावर मालकी आहे?

(a) युनायटेड किंगडम (b) स्पेन
(c) अर्जेंटिना (d) चिली

(२९) यॅप, ट्रक, पोनापे, आणि कोस्रे ही द्वीपे असलेल्या राष्ट्राचे नाव काय?

(a) टोंगा
(b) फेडेरेटेड स्टेट्स (संघराज्य) ऑफ मायक्रोनेशिया
(c) वानूआतू
(d) दक्षिणी सामोआ

(३०) १९७० ते १९७९ या काळात कोणत्या द्वीपाला मालागासी प्रजातंत्र म्हटले गेले?

(a) मालदीव (b) गॅलापॅगोज (c) मादागास्कर (d) श्रीलंका

(३१) इंडोनेशियात किती द्वीपे आहेत?

(a) १४००० (b) ११००० (c) ७००० (d) २३०००

(३२) कुक आयलंडस या द्वीपसमूहातील सर्वात मोठे द्वीप कोणते?

(a) व्हिटी लेवू (b) गुआम
(c) गुआडाल्कनाल (d) रारोटाँगा

(३३) जगातील सर्वात मोठे ते द्वीप कोणते, जिथे वस्ती नाही. ते कॅनडाचे आहे.

(a) डेव्हॉन आयलंड्स (b) बॅफिन आयलंड
(c) एल्समीयर आयलंड्स (d) बॅंक्स आयलंड

(३४) १९१२ साली यू. एस. ए. ने जे प्रशांत महासागरी द्वीप (पॅसिफिक) ताब्यात घेतले होते, त्याचे नाव सांगा. एका अमेरिकन जहाजाच्या कॅप्टन सॉवलेने याचा शोध लावला आणि त्यावरून या द्वीपाचे नाव ठेवले गेले.

(a) जार्विस आयलंड (b) पामायरा आयलंड
(c) किंगमन रीफ (d) पिटकैर्न आयलंड

(३५) कोणत्या श्रेष्ठ राष्ट्रीय नेत्याचा जन्म कॉर्सिका द्वीपावर झाला?

(a) चार्लस द गॉल (b) नोपोलियन बोनापार्ट
(c) अलेक्झांडर द ग्रेट (d) हॅनिबल

(३६) चेजू आयलंड हे कोणत्या देशाचे पर्यटनस्थळ आहे?

(a) कोरिया (b) मलेशिया
(c) जपान (d) व्हिएटनाम

(३७) फिलीपाईन्समधले सर्वात मोठे द्वीप कोणते?

(a) मिंडनौ (b) लुझॉन (c) सामार (d) पालावान

(३८) कॉन सॉन द्वीप कुठे आहे?
(a) दक्षिण चीन समुद्र
(b) बिस्मार्क सी
(c) बंगालची खाडी
(d) बिस्केची खाडी

(३९) सँटा कॅटालीना, सॅन क्लेमेंट, सँटा क्रूझ आणि सॅन मिग्युएल ही द्वीपे कोणत्या द्वीपसमूहात आहेत?
(a) फाल्कन आयलंड्स
(b) सॉलोमन आयलंड्स
(c) मायक्रोनेशिया
(d) सँटा बार्बारा आयलंड्स/चॅनल आयलंड्स

(४०) दक्षिण शेटलंड द्वीप समुहांपैकी सर्वात मोठा द्वीप कोणता? याच्या बंदराला 'ॲडमिरॅल्टी बे' असे म्हणतात.
(a) एलेफंट आयलंड (b) किंग जॉर्ज आयलंड
(c) डिसेप्शन आयलंड (d) क्लॅरेन्स आयलंड

(४१) कोणती दोन द्वीपे दक्षिण आफ्रिकेच्या मालकीची आहेत? ही दोन्ही या देशाच्या दक्षिणेतील टोकावर आहेत.
(a) प्रिंस चार्लस आयलंड (b) प्रिंस एडवर्ड आयलंड्स
(c) प्रिंस ऑफ वेल्स आयलंड (d) किंग जॉर्ज आयलंड

(४२) जगातील सर्वात लहान द्वीप राष्ट्र (आयलंड नेशन) कोणते?
(a) नाऊस (b) तुवालू
(c) मालदीव (d) सेंट किट्ट्स आणि नेव्हिस

(४३) भूमध्य (मेडिटरेनियन) सागरातील सर्वात मोठे द्वीप कोणते?
(a) सार्डिनिया (b) सायप्रस (c) सिसिली (d) कॉर्सिका

(४४) कतार आणि बहारिन यांमधील वादाचा विषय असलेल्या द्वीपाचे नाव काय?
(a) हावार (b) तोहोर
(c) रास मुसांडाम (d) शेखबेक

(४५) गुआडाल कॅनाल हे कोणत्या देशातील सर्वात मोठे द्वीप आहे?
(a) मार्शल आयलंड्स (b) सॉलोमन आयलंड्स
(c) नाऊरू (d) टुवालू

(४६) कोणत्या द्वीपराष्ट्राला 'वेस्ट इंडीजचे जिब्राल्टर' असे म्हणतात?
(a) जमैका (b) सेंट किट्ट्स आणि नेव्हिस

(c) सेंट व्हिंसेंट आणि ग्रेनाडाईन्स
(d) अँटिगुआ आणि बार्ब्युडा

(४७) दक्षिणावर्ती (सदर्नमोस्ट) लीवर्ड द्वीप राष्ट्र कोणते?
(a) अँटिगुआ आणि बार्ब्युडा (b) ग्रेनाडा
(c) त्रिनिदाद आणि टोबॅगो (d) डॉमिनिका

(४८) सिंगापूरचे द्वीप कोणत्या सामुद्रधुनीच्या (स्ट्रेट) दक्षिणेस आहे?
(a) बॉसफॉरस स्ट्रेट (b) तार्तार स्ट्रेट
(c) जाहोर स्ट्रेट (d) पाल्क स्ट्रेट

(४९) मन्नार आखाताच्या (गल्फ) पूर्वेस कोणता द्वीप आहे?
(a) श्रीलंका (b) सेलेब्स (c) साखैन (d) सिंगापूर

(५०) सेशेल्सचा सर्वात मोठा द्वीप कोणता?
(a) माहे (b) आल्डाब्रा (c) ल दीग (d) प्रासलिन

◆◆◆

१० द्वीपकल्प आणि भूशिर

(१) कोणत्या द्वीपकल्पात डेन्मार्कची मुख्यभूमी आहे?
(a) जुटलँड द्वीपकल्प (b) फिन द्वीपकल्प
(c) साएलँड द्वीपकल्प (d) कोपनहेगन द्वीपकल्प

(२) कोणते भूशिर ग्रीनलँडचे सर्वात जास्त दक्षिणेकडील (सदर्नमोस्ट) टोक आहे?
(a) केप फेयरवेल (b) केप कोलंबिया
(c) केप मॉरिस जेसप (d) केप ब्रुस्टर

(३) हे द्वीपकल्प रशियात (आशिया) आहे. ते ओखोटस्क आणि बेरिंग समुद्राच्या किनाऱ्यालगत आहे. तेथील प्रमुख शहर पेट्रोपॅव्हलॉस्क आहे.
(a) ताईमाईर द्वीपकल्प (b) यामाल द्वीपकल्प
(c) कोला द्वीपकल्प (d) कॅमचॅटका द्वीपकल्प

(४) स्कॉटलंड आणि कँपबेल्टटाऊन या प्रमुख वसाहती असलेले, स्ट्रॅथक्लाइड प्रदेशातील द्वीपकल्प कोणते?
(a) स्लीट (b) रॉस ऑफ मल
(c) किंटायर (d) रिन्स ऑफ आयले

(५) जसे बहुतांशी द्वीपकल्प असतात, त्याप्रमाणे इटलीला तिन्ही बाजूंनी पाण्याने वेढले आहे. उंच टाचेच्या बुटांसमान असलेल्या या द्वीपकल्पाच्या किनाऱ्यावर, पुढीलपैकी कोणता समुद्र नाही?
(a) टायऱ्हेनियन समुद्र (b) एजियन समुद्र
(c) एड्रियॅटिक समुद्र (d) आयोनियन समुद्र

(६) पोर्तुगालमध्ये असलेल्या आणि महाद्वीपी युरोपमधील सर्वात जास्त पश्चिमेकडील टोक (वेस्टर्नमोस्ट पॉइंट) असलेल्या द्वीपकल्पाचे नाव काय?
(a) केप फ्रियो (b) केप सेंट व्हिंसेंट
(c) केप रोका (d) केप सार्पिव्हेंटा

(७) कोला द्वीपकल्प तुम्हांला कोणत्या देशात आढळेल?
(a) रशिया (b) कॅनडा (c) फिनलंड (d) ऑस्ट्रेलिया

(८) दक्षिण-पूर्व मेक्सिकोतील त्या द्वीपकल्पाचे नाव काय, ज्याच्या पश्चिम किनाऱ्यावर बे ऑफ कॅम्पे (बे - खाडी) असून, पूर्वकिनाऱ्यावर कॅरिबियन

समुद्र आहे?

(a) युकॅटन (b) टेहुआंटेपेक
(c) बाजा कॅलिफोर्निया (d) सियेरा माद्रे ओरिएंटल

(९) ओखोटस्क समुद्राला प्रशांत महासागरापासून (पॅसिफिक ओशन) अलग करणाऱ्या पूर्व सायबेरियातील द्वीपकल्पाचे नाव काय?

(a) चुक्ची (b) सॅखालिन (c) कॅमचटका (d) कुरिल

(१०) पुढीलपैकी कोणता द्वीपकल्प दक्षिण अमेरिकेत आहे?

(a) उंगाव्हा द्वीपकल्प (b) पेनिनसूला टायटो
(c) मेलव्हिल द्वीपकल्प (d) केप यॉर्क द्वीपकल्प

(११) सायबेरियन रशियातील हा द्वीपकल्प आशियातील सर्वात जास्त उत्तरेकडील टोक (नॉर्दर्नमोस्ट पॉइंट) आहे. त्याचे नाव काय?

(a) केप चेलयुस्किन (b) केप नॉर्डकीन
(c) केप डेझनेव्ह (d) केप क्रियो

(१२) एकमेकाला लागून असलेल्या ४८ यू. एस. राज्यांमध्ये, एक नव्हे तर दोन मोठे द्वीपकल्प आहेत. हे राज्य कोणते?

(a) फ्लॉरिडा (b) वॉशिंग्टन (c) मॅसाच्युसेट्स(d) मिशिगन

(१३) अरबीमध्ये कोणत्या द्वीपकल्पाला 'रास अल् टिब' असे म्हणतात? तो ट्युनिशियामध्ये असून, त्यात केलिबिया नगर आणि कैरकौअन या प्राचीन शहराचे भग्न अवशेष आहेत. प्युनिकच्या युद्धांसमयी रोमन लोकांनी या प्युनिक शहराचा (जवळ असलेल्या कार्थेजसहित) विध्वंस केला.

(a) केप फेर पेनिनसूला (b) केप बॉन पेनिनसूला
(c) केप बौगारौन पेनिनसूला (d) केप द ट्रॉईस फौर्शेस पेनिनसूला

(१४) अलास्कातील कोणत्या द्वीपकल्पात, उत्तर अमेरिकेचे सर्वात जास्त पश्चिमेस टोक असलेला आणि नॉम शहर असलेला प्रिन्स ऑफ वेल्स द्वीपकल्प आहे?

(a) सेवर्ड द्वीपकल्प (b) बूथिया द्वीपकल्प
(c) अलास्का द्वीपकल्प (d) किंग विल्यम द्वीपकल्प

(१५) हे भूशिर (केप), क्रिमियन द्वीपकल्पाचे (आणि म्हणून युक्रेनमधील) सर्वात जास्त दक्षिणेतील टोक (सदर्नमोस्ट पॉइंट) आहे. युक्रेनियन अधिकाऱ्यांनी १९९० साली तिला केप आय्या असे नवीन नाव दिले. तिचे पारंपरिक नाव द्या.

(a) केप झेंझिक (b) केप केर्केनिझ-ऊझून
(c) केप सार्यिच (d) केप तार्खानकुट

(१६) रोमन लोकांनी कोणत्या भूशिराला (केप) प्रॉमोंटोरियम सॅक्रम हे नाव दिले होते? काही प्राचीन भूगोलशास्त्रज्ञांनी या भूशिराला युरोपचे आणि जगाचे सर्वात जास्त पश्चिमेकडील टोक मानले होते. प्रिन्स हेन्री, या कुशल दर्यावर्दीने १४२० साली, 'सॅग्रेस' जवळ नौकानयनशास्त्राच्या शाळेची स्थापना केली होती.

(a) केप मॉंडेगो (b) केप फिनिस्टेयर
(c) केप सँटामारिया (d) केप सेंट व्हिंसेंट

(१७) अर्जेंटिनातील कोणत्या द्वीपकल्पात लॅटिन अमेरिकेतील सर्वात निम्न स्थल उच्चता (लोएस्ट लँड एलेव्हेशन) आहे?

(a) टियेरा डेल फ्युएगो द्वीपकल्प (b) पॅरिया द्वीपकल्प
(c) ग्वाजिरा द्वीपकल्प (d) व्हॅल्डेस द्वीपकल्प

(१८) एकेकाळी ग्रीसमधील सर्वात बलशाली नगर-राज्य असलेले 'स्पार्टा' हे गाव कोणत्या ग्रीक द्वीपकल्पात आहे?

(a) पेलोपॉनेसस द्वीपकल्प (b) लेसव्हॉस द्वीपकल्प
(c) थेसॅली द्वीपकल्प (d) सॅलेंटिना द्वीपकल्प

(१९) कोणती भूशिर/टोक (केप/पॉइंट) जगातील जमिनीचे सर्वात जास्त उत्तरी टोक आहे?

(a) पॉइंट बॅरो (b) केप मॉरिस जेसप
(c) केप कोलंबिया (d) केप चेल्युस्किन

(२०) यू. एस. ए. तील उत्तर कॅरोलिनामधील कोणत्या भूशिरात सर्वात उंच (६३ मी.) दीपगृह आहे?

(a) केप फियर (b) केप कॉड
(c) केप हॅटेरस (d) केप लुकआऊट

(२१) कोणता द्वीपकल्प ऑस्ट्रेलियात (क्वीन्सलँड) आहे आणि टॉरेस स्ट्रेट या सामुद्रधुनीत त्याचा शेवट होतो?

(a) यॉर्के द्वीपकल्प (b) मेलव्हिल द्वीपकल्प
(c) बँक्स द्वीपकल्प (d) केप यॉर्क द्वीपकल्प

(२२) येनिसे आणि खाटांगा या सायबेरियातील नद्यांमध्ये कोणता द्वीपकल्प आहे?

(a) तायमायर द्वीपकल्प (b) कोला द्वीपकल्प
(c) यामाल द्वीपकल्प (d) चुकोटस्कीय द्वीपकल्प

(२३) १२,५०,००० चौरस मैलांचा जगातील सर्वात मोठा द्वीपकल्प कोणत्या भूखंडात आहे?

(a) आशिया (b) आफ्रिका
(c) दक्षिण अमेरिका (d) युरोप

(२४) महाद्वीपी दक्षिण अमेरिकेतील सर्वात जास्त पूर्वेकडील टोक (ईस्टर्नमोस्ट पॉइंट) असलेल्या व ब्राझीलमध्ये असलेल्या भूशिराचे नाव काय?
(a) केप साओ टोम (b) केप ब्रँको
(c) केप मियासी (d) केप हेलेस

(२५) उत्तर-पश्चिम फ्रान्समध्ये, कोणता द्वीपकल्प आहे?
(a) फ्रेंच (b) आयबेरियन
(c) ब्रिटनी (d) स्कँडिनेव्हियन

(२६) मेरीलँड, डेलावेयर आणि व्हर्जिर्नियाचे काही भाग असलेल्या पूर्व युनायटेड स्टेट्समधल्या द्वीपकल्पाचे नाव काय?
(a) लुकआऊट (b) केंट
(c) डेलमार्व्हा (d) मे

(२७) कोला द्वीपकल्प आणि ओनेगा द्वीपकल्प या दोघांच्या किनाऱ्यांवर कोणता समुद्र आहे?
(a) व्हाइट सी (पांढरा समुद्र) (b) बॅरेन्टस सी
(c) बाल्टिक सी (d) कुठलाही नाही

(२८) युरोपियन मुख्यभूमीच्या (मेनलँड) सर्वात जास्त उत्तरी टोकावर कोणते भूशिर आहे?
(a) केप चेल्युस्किन (b) नॉर्थ केप
(c) केप नॉर्डकिन (d) केप कॅनिन

(२९) कोणते भूशिर/टोक, अलास्काचे सर्वात जास्त उत्तरी टोक (आणि त्यामुळे यू. एस. ए. चे सुद्धा) आहे?
(a) केप प्रिन्स ऑफ वेल्स (b) केप न्युएनहॅम
(c) पॉइंट बॅरो (d) पॉइंट होप

(३०) न्यूझीलंडमधील कोणत्या द्वीपकल्पात, क्राईस्टचर्च शहर आणि आकारोआ हार्बर (बंदर) आहे?
(a) माहिया द्वीपकल्प (b) बँक्स द्वीपकल्प
(c) प्रिन्स आल्बर्ट द्वीपकल्प (d) वॉलास्टन द्वीपकल्प

(३१) बो हाय गल्फ आणि पिवळा समुद्र यांमधील चायनीज द्वीपकल्प कोणता? यात लाँगकौ, यान्टाय आणि वैहाय ही शहरे आहेत.
(a) लीझौ द्वीपकल्प (b) हाँग काँग द्वीपकल्प
(c) लीयाओडाँग द्वीपकल्प (d) शॅनडाँग द्वीपकल्प

(३२) पुढील राष्ट्रांमधील कोणत्या देशात असा द्वीपकल्प आहे जो समुद्रात किंवा महासागरात पुढे आलेला आहे?
(a) मोंगोलिया (b) चॅड (c) बोलिव्हिया (d) युक्रेन

(३३) उपमहाद्वीपी भारताच्या सर्वात जास्त दक्षिणेचे टोक असलेल्या आणि भारतात असलेल्या भूशिराचे नाव काय?
(a) केप कोस्ट (b) केप कॉमोरिन
(c) केप मॅटापॅन (d) केप कच्छ

(३४) मॅसेडोनिया हे भूतपूर्व युगोस्लाव्ह प्रजातंत्र कोणत्या द्वीपकल्पात आहे?
(a) स्कॅंडिनेव्हिया (b) बाल्कन (c) बाल्टिक (d) ब्रिटनी

(३५) ग्रेट बॅरियर रीफच्या शेजारचा आणि गल्फ ऑफ कार्पेंटेनिया ज्याच्या किनाऱ्यालगत आहे, त्या उत्तर-पूर्व ऑस्ट्रेलियातील द्वीपकल्पाचे नाव काय?
(a) केप यॉर्क (b) आर्नहेम लॅंड (c) आयर (d) कॅनबेरा

(३६) कोणता चायनीज द्वीपकल्प बो है आणि कोरिया बे यांच्या किनाऱ्यालगत आहे आणि त्यात डॅलियन शहर आहे?
(a) शॅनडाँग द्वीपकल्प (b) लियाओडाँग द्वीपकल्प
(c) लीझौ द्वीपकल्प (d) ओशिमा द्वीपकल्प

(३७) कोणते भूशिर (केप)/टोक (पॉइंट)/सुळका (हेड), आशियाई मुख्यभूमीचे सर्वात जास्त दक्षिणी टोक आहे?
(a) केप कॉमोरिन (b) पॉइंट पेद्रो (c) डॉन्ड्रा हेड (d) केप पियाई

(३८) कोणते भूशिर आफ्रिकेच्या पूर्वेतील शेवटचे टोक आहे?
(a) रास हाफून (b) रास-अल-खैमाह
(c) रास कॅसियर (d) रास नासरानी

(३९) पापुआ न्यूगिनीतील न्यूगिनी बेटाच्या पूर्वकिनाऱ्यावरील द्वीपाचे नाव द्या. फिंश्चाफेन ही इथली एकच महत्त्वपूर्ण वसाहत आहे, जी पूर्वी एका जर्मन व्यापारी कंपनीचे मुख्य कार्यालय होते.
(a) हुऑन द्वीपकल्प (b) विलौमेझ द्वीपकल्प
(c) कोबर्ग द्वीपकल्प (d) गॅझेल द्वीपकल्प

(४०) ज्यात बॅटल हार्बर, कार्टराट आणि होपडेल ही बंदरे आहेत आणि कॅनडातील न्यूफाउंडलॅंड आणि क्वेबेकमध्ये जो विभागला गेला आहे, त्या मोठ्या द्वीपकल्पाचे नाव काय?
(a) केप ब्रेटन (b) न्यू ब्रुन्सविक
(c) नोव्हा स्कॉटिया (d) लॅब्रेडॉर

(४१) बेलिंगशॉसेन सी, स्कॉटिया सी आणि वेडेल सी या समुद्रांनी वेढलेला सुप्रसिद्ध द्वीपकल्प कोणता?

(a) दक्षिणध्रुवीय द्वीपकल्प (अंटार्क्टिक पेनिनसूला)
(b) स्कॅन्डिनेव्हियन द्वीपकल्प
(c) केप यॉर्क द्वीपकल्प (d) कामचटका द्वीपकल्प

(४२) महाद्वीपी ऑस्ट्रेलियाच्या सर्वात जास्त दक्षिण-पूर्वीय टोकाला असलेल्या भूशिराचे नाव द्या.
(a) केप ब्रेटन (b) केप होव
(c) केप डायमंड (d) केप सेंट व्हिंसेंट

(४३) कॅरा समुद्रापर्यंत पोहोचणाऱ्या रशियन द्वीपकल्पाचे नाव काय?
(a) यॅमचाटका पेनिनसूला (b) कोला पेनिनसूला
(c) यामाल पेनिनसूला (d) तायमायर पेनिनसूला

(४४) क्राक्रा संयोगीभूमीमुळे (इस्थमस), कोणता द्वीपकल्प आशियाच्या मुख्यभूमीला जोडला जातो?
(a) कॅमचाटका (b) सिंगापूर (c) मालाय (d) सुमात्रा

(४५) कोणते पश्चिम आफ्रिकी बंदरी शहर द्वीपकल्पावर वसले आहे?
(a) आबीदजान (b) अक्रा (c) लागोस (d) डाकार

(४६) कोणते भूशिर आशियाई मुख्यभूमीचे सर्वात जास्त उत्तरेकडील टोक आहे?
(a) केप कॅनिन (b) केप लॉपाटका
(c) केप डेझनेव्ह (d) केप चेलियुस्किन

(४७) कोणते भूशिर आफ्रिकेच्या दक्षिणेतील शेवटचे टोक आहे?
(a) केप ऑफ गुड होप (b) केप ॲग्युल्हास
(c) केप फ्रिया (d) केप व्हर्ड

(४८) इंडोनेशियातील आरियन जायामधील कोणत्या द्वीपकल्पाला पूर्वी व्होगेलकॉप म्हटले जात असे? सॉरोंग आणि मानोक्वारी ही त्यातील प्रमुख शहरे आहेत.
(a) मिनाहासा द्वीपकल्प (b) डोलाक द्वीपकल्प
(c) सांबालियुंग द्वीपकल्प (d) डोबेराई द्वीपकल्प

(४९) कोला, यामाला आणि गायडा हे द्वीपकल्प, कोणत्या काहीशा मोठ्या देशात आढळतात?
(a) रशिया (b) ब्राझील (c) कॅनडा (d) भारत

(५०) हे भूशिर जगातील सर्वात जास्त उत्तरेकडील जमिनीच्या टोकावर असून, ते ग्रीनलँडच्या उत्तरेतील सर्वात शेवटच्या टोकावर आहे. त्याचे नाव काय?
(a) केप मॉरिस जेसप (b) केप लुकआऊट
(c) केप फेयरवेल (d) केप यॉर्क

◆◆◆

११ ध्रुवीय प्रदेश

(१) किती स्वतंत्र देशांचे भाग आर्क्टिक वृत्ताच्या उत्तरेस आहेत?

(a) २८ (b) १ (c) ६ (d) ५०

(२) दक्षिण ध्रुव (अंटार्क्टिका) म्हणजे .....

(a) सर्वात शुष्क महाद्वीप

(b) सर्वात उंच महाद्वीप

(c) ज्या महाद्वीपाचे पृष्ठभागीय टोक (सरफेस पॉइंट) सर्वात निम्न आहे.

(d) हे सर्व

(३) १८८७ ते १९०२ पर्यंत 'नार्विक' शहराचे नाव काय होते?

(a) फेडरिक्सव्हर्न (b) काँगशाव्हन

(c) व्हिक्टोरियाहव्हन (d) ऑस्करशॅव्हन

(४) कॅनडाच्या प्रदेशीय राजधान्यांमध्ये सर्वात जास्त उत्तरी टोकाला कोणती आहे?

(a) व्हिक्टोरिया, ब्रिटिश कोलंबिया (b) व्हाइटहॉर्स, युकॉन

(c) इक्वालुईट, नुनाव्हुट (d) येलोनाइफ, नॉर्थ वेस्ट टेरिटरीज

(५) कॅनडातील उत्तर ध्रुवीय वसाहतींपैकी (आर्क्टिक सेटलमेंट्स) एकीला रॉआल्ड ॲमुंडसेनच्या जहाजांपैकी एकाचे नाव दिले आहे. कोणते?

(a) रेझोल्यूट बे (b) जोआ हेवन

(c) रिपल्स बे (d) क्लाइड

(६) दक्षिण ध्रुवातील (अंटार्क्टिका) हवामान अभ्यासण्यासाठी कोणते देश त्यांच्या शास्त्रज्ञांना, हिवाळ्यात किंवा शरद ऋतूत (फॉल सीझन) तिथे पाठवत नाहीत?

(a) जपान (b) भारत (c) एस्टोनिया (d) दक्षिण आफ्रिका

(७) ती पहिला व्यक्ती कोण जिने सर्वप्रथम दक्षिण ध्रुव (अंटार्क्टिका) पाहिल्याचा दावा केला?

(a) स्कॉट (b) ॲमुंडसेन (c) बायर्ड (d) बेलिंगशॉसेन

(८) दक्षिण ध्रुवावर किती राष्ट्रे आहेत?

(a) एक (b) शून्य (c) दोन (d) तीन

(९) दक्षिण ध्रुवावरील 'मॅकमर्डो रेडियो स्टेशन' कोणता देश चालवितो?
(a) ऑस्ट्रेलिया (b) युनायटेड स्टेट्स
(c) रशिया (d) न्यूझीलंड

(१०) दक्षिण ध्रुवावर आत्तापर्यंत मापलेल्या तापमानात सर्वात न्यूनतम तापमान किती आहे?
(a) -१२८.५ अंश फॅ. (b) -९१.७ अंश फॅ.
(c) -१०४ अंश फॅ. (d) -११७.५ अंश फॅ.

(११) कॅनडातील सर्वात जास्त उत्तरेस असलेले द्वीप कोणते?
(a) बॅफिन (b) एलेस्मियर (c) व्हिक्टोरिया (d) हीबर्ग

(१२) कोणत्या देशाचा दक्षिण ध्रुवावर सर्वाधिक हक्क आहे?
(a) चिली (b) न्यूझीलंड
(c) ऑस्ट्रेलिया (d) युनायटेड स्टेट्स

(१३) फिनमार्क हा नॉर्वेमधील सर्वात उत्तरेकडील परगणा (काउंटी) आहे. या परगण्याच्या शासनाचे केंद्र असलेले शहर कोणते?
(a) कर्केनेस (b) वार्डो (c) व्हॅडसो (d) हॅमरफेस्ट

(१४) कॅनडातील सर्वात जास्त उत्तरेकडील टोक कोणते?
(a) केप शेरिडन (b) केप कोलंबिया
(c) केप थॉमस हबर्ड (d) केप आयसॅचसेन

(१५) याकुटिया हा रशियन प्रांत, काही भागात स्वयंशासित आहे. या प्रांताचे अधिकृत नाव कोणते?
(a) चुव्हाशिया (b) साखा (c) खाकासिया (d) अॅटले

(१६) दक्षिण ध्रुवीय तहानुसार (अँटार्क्टिक ट्रीटि), दक्षिण ध्रुवीय प्रदेशातील कायदे, शून्य अंश दक्षिणपासून कोणत्या अक्षांशरेषेपर्यंत लागू पडतात?
(a) २५ अंश दक्षिण (b) ५० अंश दक्षिण
(c) ५ अंश दक्षिण (d) ६० अंश दक्षिण

(१७) दक्षिणधृवातील सर्वात मोठ्या द्वीपकल्पाचे नाव काय?
(a) अँटार्क्टिका पेनिनसूला (b) ड्रेक पेनिनसूला
(c) अॅमुंडसेन पेनिनसूला (d) अँटार्क्टिक पेनिनसूला

(१८) दक्षिण ध्रुवावरील सर्वात उंच टोक कोणते?
(a) माउंट मेन्झिस (b) माउंट वर्कपॅट्रिक
(c) व्हिंसन मॅसिफ (d) माउंट मार्खाम

(१९) कोणते राष्ट्र दक्षिण धृवावरील 'न्यूमेयर स्टेशन' चालविते?
(a) कॅनडा (b) नॉर्वे (c) जर्मनी (d) स्वीडन

(२०) पेंग्विनची उच्च वेगमर्यादा किती असते?
(a) ताशी ५० कि.मी. (b) ताशी ४० कि.मी.
(c) ताशी ३५ कि.मी. (d) ताशी १० कि.मी.

(२१) आर्क्टिक वृत्ताच्या उत्तरेस असलेल्या उत्तर ध्रुवीय महासागरात (आर्क्टिक ओशन) अनेक प्रमुख रशियन नद्या येऊन मिळतात. परंतु, कोणती एक लॅपटेव्ह समुद्रात वाहते?
(a) नॉर्थ डवीना (b) ओब
(c) लेना (d) येनिसी

(२२) जगातील आणि दक्षिण ध्रुवातील सर्वात मोठी हिमनदी (ग्लेशियर) कोणती?
(a) लँबर्ट ग्लेशियर (b) रॉस आइस शेल्फ
(c) बीयर्डमोर ग्लेशियर (d) साउथ पोल ग्लेशियर

(२३) पेंग्विनच्या एकूण किती जाती आहेत?
(a) ९ (b) १७ (c) १४ (d) ७

(२४) ग्रीनलंडमधील सर्वात उत्तरेकडील टोकाचे नाव काय?
(a) केप रॅव्हन (b) केप फेअरवेल
(c) केप मॉरिस जेसप (d) केप ब्रुस्टर

(२५) तीन हजारहून अधिक रहिवाशी असलेली अमेरिकेच्या सर्वात उत्तरेस असलेली वसाहत कोणती?
(a) प्रूधो बे, अलास्का (b) बॅरो, अलास्का
(c) नोम, अलास्का (d) फेयरबँक्स, अलास्का

(२६) दक्षिण ध्रुवावर (अंटार्क्टिका) तुम्हाला दूरचित्रवाणी (टेलिव्हिजन) पहायची असेल, तर तुम्ही कुठे जाल?
(a) व्हिक्टोरिया लँड (b) ग्रॅहम लँड
(c) मॅकमर्डो साउंड
(d) साउथ ऑर्कनी आयलंड्स

(२७) अंटार्क्टिका वरील पुढीलपैकी कोणता संशोधनतळ रशियाचा आहे?
(a) लॉ डोम (b) व्हॉसटॉक
(c) स्वीया (d) ब्लू फिल्ड्स कँप

(२८) मानवांव्यतिरिक्त, इतर कोणते रहिवासी तुम्हाला दक्षिण ध्रुवावर (अंटार्क्टिका) सापडतात?
(a) ध्रुवीय अस्वले (पोलार बेयर्स) (b) लांडगे
(c) हिम-घुबडे (स्नो आउल्स) (d) पेंग्विन्स

(२९) दर वर्षी सर्वसाधारणपणे १०,००० ते १५,००० हिमनग (आईसबर्ग) तयार होतात. या प्रक्रियेला काय म्हणतात?

(a) शेल्फिंग (b) आईसिंग

(c) काल्व्हींग (d) ग्लेशिंग

(३०) सील या जलचर प्राण्याची एकमेव जात कोणती, जी इतर सील खाते?

(a) लेपर्ड सील (b) वेडेल सील

(c) रॉस सील (d) अंटार्क्टिका फर सील

(३१) उत्तरेकडे अनेक मोठमोठाली द्वीपे आहेत, जी हिवाळ्यात बर्फाच्या टेकड्यांमध्ये कोंबली जातात. परंतु क्षेत्रफळानुसार जगातील सर्वात मोठ्या दहा द्वीपांपैकी किती द्वीपे अंशत: किंवा पूर्णपणे वृत्ताच्या उत्तरेस आहेत?

(a) दहा (b) कोणताही नाही

(c) एक (d) चार

(३२) दक्षिण ध्रुवीय द्वीपकल्पाच्या (अंटार्क्टिका पेनिनसूला) किनाऱ्याहून अलग असलेले 'भ्रामक' द्वीप (डिसेप्शन आयलंड) कशासाठी प्रसिद्ध आहे?

(a) लोक तिथे पोहू शकतात.

(b) ते जगातील सर्वात जास्त दक्षिणेस (सदर्नमोस्ट) असलेले द्वीप आहे.

(c) भरती-ओहोटीनुसार तो दिसतो आणि दिसेनासा होतो.

(d) वस्तुत: तो एक प्रचंड हिमनग (आईसबर्ग) आहे, जो द्वीपासारखा दिसतो.

(३३) जगातील सर्वात जास्त उत्तरेस असलेली वसाहत कोणती?

(a) थूल, ग्रीनलंड (b) सायोरापालुक, ग्रीनलंड

(c) नाय ॲलेसुंड, स्व्हालबार्ड (d) नॉर्डव्हिक, रशिया

(३४) रशियन मुख्यभूमीचे सर्वात जास्त उत्तरेस असलेले टोक कोणते?

(a) केप चेल्यूस्किन (b) केप बेलि

(c) केप कॅनिन (d) केप कार्लसेन

(३५) १९२८ साली, ऊंबेर्तो नोबाईल याने उत्तर ध्रुवावर जर्मन लढाऊ विमानाची इपलिन मोहीम काढली. ते लढाऊ विमान कोसळले आणि अनेक जण मृत्यू पावले. या जर्मन लढाऊ विमानाचे नाव काय?

(a) नॉर्ग (b) इटली

(c) नॉर्वे (d) इटालिया

(३६) दक्षिण ध्रुवावरील (अंटार्क्टिका) कोणत्या भौगोलिक दिशेत सर्वात मोठ्या प्रमाणात ज्वालामुखीय-सक्रियता (व्होल्कॅनिक-ॲक्टिव्हिटी) चालते?

(a) दक्षिण (b) पूर्व (c) उत्तर (d) पश्चिम

(३७) दक्षिण ध्रुवावर (साउथ पोल) पहिले यशस्वी उड्डाण कोणी केले?
(a) फेबियन बेलिंगहॉसेन (b) रोनाल्ड ॲमुंडसेन
(c) रिचर्ड बायर्ड (d) जॉन डेव्हिस

(३८) पुढीलपैकी कोणता समुद्र दक्षिण-ध्रुवीय किनाऱ्यावर नाही?
(a) बेलिंगहॉसेन सी (b) ॲमुंडसेन सी
(c) स्कॉट सी (d) वेडेल सी

(३९) दक्षिण ध्रुवावर (अंटार्क्टिका) कोणते राष्ट्र 'व्हर्नाडस्की स्टेशन' चालविते?
(a) रशिया (b) एस्टोनिया (c) स्वीडन (d) युक्रेन

(४०) दक्षिण ध्रुवावर (अंटार्क्टिका) किती टक्के वनस्पती-जीवांचे पोषण होते?
(a) ५% (b) ०% (c) २% (d) ७%

(४१) अमेरिकेच्या सर्वात उत्तरेला असलेले राष्ट्रीय उद्यान अलास्कामध्ये आर्क्टिक वृत्ताच्या जवळ उत्तरेस आहे. ते बुक्स माऊंटन रेंज या पर्वतराशीमधून जाते. डॅल मेंढ्या, कॅरिबू, लांडगे आणि अस्वलांचे ते आश्रयस्थान आहे. ते कोणते आहे?
(a) हिमनदी (ग्लैशर) (b) डेनाली
(c) कोबुक (d) गेटस ऑफ द आर्क्टिक

(४२) ताशी ३०० कि.मी. पर्यंत वेगाने गिरीप्रवणावर (डाउनहिल) थंड-शुष्क वाऱ्यांना काय म्हणतात?
(a) ध्रुवीय व्यापारी वारे (पोलर ट्रेड विंड्स)
(b) पेंग्विन चूर्णन (पेंग्विन पल्व्हरायझर्स)
(c) सँटा ॲना वारे (d) कॅटाबॅटिक वारे

(४३) १००० हून अधिक रहिवासी असलेली सर्वाधिक उत्तरेतील वसाहत कोणती?
(a) लाँगीयरबीयेन, स्वालबर्ड (b) बॅरो, अलास्का
(c) युपरनॅव्हिक, ग्रीनलंड (d) ईन्यूव्हिक, कॅनडा

(४४) रशियातील सर्वाधिक उत्तरेकडील टोक एका द्वीपावर किंवा द्वीपसमूहावर आहे. ते कोणते?
(a) फ्रान्स जोसेफ लँड (b) नोवाया झिमल्या
(c) सेव्हेर्नाया झिमल्या (d) सॅखालिन

(४५) चुंबकीय उत्तर ध्रुव (मॅग्नेटिक नॉर्थ पोल) कोणत्या देशात आहे?
(a) रशिया (b) ग्रीनलंड (c) कॅनडा (d) स्वॅलबार्ड, नॉर्वे

(४६) दक्षिण ध्रुवीय जलक्षेत्रात सर्वत्र आढळणारा एकमेव डॉल्फिन कोणता?
(a) आवरग्लास (b) ब्लू
(c) आर्नोक्सेस बीक (d) सदर्न राइट

(४७) उन्हाळ्यात तुम्हाला जर दक्षिण ध्रुवीय पक्ष्यांची उबविलेली अंडी फुटून पिल्ले निघतांना बघायचे असेल, तर जास्त करून कोणत्या महिन्यात तुम्ही तिथे जाल?

(a) जुलै (b) फेब्रुवारी (c) ऑगस्ट (d) डिसेंबर

(४८) आता ज्याला अंटार्क्टिक वृत्त (अँटार्क्टिक सर्कल) म्हणतात, ते ओलांडणारी पहिली व्यक्ती कोण?

(a) जेम्स कुक (b) जॉन डेव्हिस

(c) फेबियन बेलिंगशॉसेन (d) रॉबर्ट अॅम्युंडसन

(४९) दक्षिण ध्रुवीय जमिनीवरील सर्वात मोठा प्राणी कोणता?

(a) मिज (b) सील

(c) पेंग्विन (d) ध्रुवीय अस्वल (पोलर बेयर)

(५०) ५००० हून अधिक रहिवासी असलेले, जगातील सर्वाधिक उत्तरेकडील शहर कोणते?

(a) बॅरो, अलास्का (b) पेव्हेक, रशिया

(c) टिक्सी, रशिया (d) हॅमरफेस्ट, नॉर्वे

◆◆◆

१२ हिमनदी

(१) दरितील हिमनदी (व्हॅली ग्लेशियर) आणि महाद्वीपी हिमनदी (काँटिनेंटल ग्लेशियर) अशा दोन प्राथमिक स्वरूपांत हिमनद्या (ग्लेशियर) आढळून येतात. त्यांना हिम चादर (आइस शीट) असेही म्हटले जाते. तुम्हाला जर हिमचादरीचा शोध लावायचा असेल, तर पुढीलपैकी कोणत्या ठिकाणी तुम्ही जाल?
(a) दक्षिण धृव (अंटार्क्टिका), अलास्का किंवा सायबेरिया
(b) उत्तरी किंवा दक्षिणी धृव प्रदेश
(c) दक्षिण धृव (अँटार्क्टिका) किंवा ग्रीनलंड
(d) ग्रीनलंड, उत्तर कॅनडा किंवा आइसलंड

(२) हिमनदीचा वेग कसा मोजला जातो?
(a) प्रति दिवशी फूट (b) प्रति दिवशी इंच
(c) प्रति महिन्याला फूट (d) प्रति ताशी इंच

(३) हिमनदीच्या उत्पत्तीसंबंधी सर्व घटकांसाठी असलेली सर्वसामान्य संज्ञा कोणती?
(a) हिमोड (मोरेन) (b) गोटाळ चिखल (टिल)
(c) हिमनदोढ (ड्रिफ्ट) (d) पवनओढ माती (लोएस)

(४) बायर्स ग्लेशियर कुठे सापडते?
(a) अलास्का (b) ग्रीनलंड
(c) दक्षिण धृव (अंटार्क्टिका) (d) चिली

(५) पुढीलपैकी कशाचा निक्षेप (डिपॉझिट) हिमनदीच्या वितळण्यामुळे होत नाही?
(a) हिमोड (मोरेन) (b) कंकतगिरी (केम्स)
(c) निरुंद घाटी (एस्कर) (d) हिमनदी अपक्षेप (आउटवॉश)

(६) कोलंबिया ग्लेशियर कुठे आहे?
(a) अलास्का (b) फ्रान्स
(c) कोलंबिया (d) दक्षिण आफ्रिका

(७) हिमनदीच्या पुढे जाण्याची दिशा निश्चित करण्यासाठी, पुढील लक्षणांपैकी कोणते उपयोगात आणले जाते?

(a) निरुद घाटी (एस्कर) (b) हिमोढगिरी (ड्रमलिन्स)
(c) ओरखड (स्ट्रायेशन्स) (d) b आणि c

(८) हिमनदीय दरीच्या सर्वात वर असलेल्या वाडग्याच्या आकाराच्या खळग्याला ..... म्हणतात.
(a) एरटे (b) हिमजगुफा (सिराक्व)
(c) लोंबती दरी (हँगिंग व्हॅली) (d) हिमोड (मोरेन)

(९) फ्रान्झ जोसेफ ग्लेशियर कुठे आहे?
(a) दक्षिण धृव (अंटार्क्टिका) (b) अमेरिका
(c) न्यूझीलंड (d) अलास्का

(१०) ज्या प्रदेशातून एकेकाळी हिमनदी गेली असेल, तेथील खडकांवर ओरखडे आणि खरचटल्याची चिन्हे दिसून येतात. या ओरखड्यांना काय म्हणतात?
(a) खोबाग्या (स्ट्राएशन्स) (b) हिमोढगिरी (ड्रमलिन्स)
(c) पट्टे (स्ट्राइप्स) (d) निरुंद घाटी (एस्कर)

(११) हिमनदीच्या तळाच्या शेवटाला काय म्हणतात?
(a) तिचा दर्शनी भाग (फ्रंट) (b) तिची हिमकमान (स्नाउट)
(c) तिचा चेहरा (फेस) (d) पृष्ठभाग (बट)

(१२) बर्फाच्या परिणामामुळे (ग्लेसिएशन) पुढीलपैकी कोणते जागतिक आश्चर्य निर्माण झाले?
(a) युरोपातील मॅटरहॉर्न (b) नॉर्वेतील फियॉर्ड
(c) उत्तर अमेरिकेतील ग्रेट लेक्स (d) वरील सर्व

(१३) जेव्हा हिमनदी समुद्रास जाऊन मिळते व तुटून तिचे जाड तुकडे (चंक्स) होतात, तेव्हा कोणता पदार्थ (मॅटर) तयार होतो?
(a) प्लावी हिमखंडी (आइस फोल्स)
(b) हिमकड्याचा भाग (आइसशेल्फ)
(c) लोंबणारा टोकदार बर्फाचा तुकडा (आइसिकल)
(d) हिमनग (आइस बर्ग)

(१४) हिमनदीच्या खाली तयार झालेली हिमनदी रंजित स्थलाकृती (ग्लेशियेटेड लँड फॉर्म्स) कोणती?
(a) निरुंद घाटी (एस्कर) (b) हिमजगुफा (सर्क)
(c) एरटे (d) हिमोड (मोरेन)

(१५) कॅनडातील हिमनदीय राष्ट्रीय उद्यान कुठे आहे?
(a) युकॉन (b) ॲलब्रेटा
(c) ब्रिटिश कोलंबिया (d) क्वेबेक

(१६) स्फटिक हिम (फर्न) ..... या परिणामामुळे तयार होतो.

(a) हिमनदीय बर्फाच्या घर्षणक्रियेमुळे तळाशी चकाकणे (पॉलिशिंग ऑफ बेडरॉक)

(b) हिमनदीय वितळत्या जलाच्या प्रवाहवेगातील बदल

(c) हिमस्फटिकांच्या (स्नो क्रिस्टल्स) वितळण्यामुळे आणि पुन: गोठण्यामुळे तयार होणारे लहान हिमकण

(d) मिश्रित हिमनदोढाचे निक्षेपण (डिपॉसिझन ऑफ अनसॉर्टेड ग्लेशियल ड्रिफ्ट)

(१७) हिमनदीतील बर्फाची ...... मुळे अनुप्रवण (डाउन स्लोप) हालचाल होते.

(a) घर्षण (फ्रिक्शन) (b) वितळणे (मेल्टिंग)

(c) गुरुत्वाकर्षण (ग्रॅव्हिटी) (d) गोठणे (फ्रीझिंग)

(१८) मॅलास्पिना ग्लेशियर कुठे आहे?

(a) अलास्का (b) फ्रान्स (c) स्पेन (d) आल्प्स

(१९) हिमयुगास (आइस एज) कारणीभूत असणारी एक आवश्यक परिस्थिती कोणती?

(a) अधिक लांब मुदतीचा आंतर हिमानीय (इंटर ग्लेशियल) अवधी

(b) समुद्रसपाटीतील (सी लेव्हल) वाढ

(c) जागतिक तापमानातील घट

(d) पर्जन्यातील (प्रेसिपिटेशन) घट

(२०) गोटाळ चिखलाचे (टिल) उच्चदाबकटक (रिजीस) (मिश्रित शैल पदार्थ) जे हिमनदीच्या दोन्ही बाजूंवर रचले जातात, त्यांना ..... म्हणतात.

(a) हिमोढगिरी (ड्रमलिन्स) (b) पार्श्विक हिमोढ (लॅटरल मोरेन)

(c) निरुंद घाटी (एस्कर्स) (d) हिमगर्त सरोवरे (केटल लेक्स)

(२१) पॅंटागोनियन हिमावरण (आइस कॅप) कुठे आढळते?

(a) युक्वेडोर (b) चिली आणि अर्जेंटिना

(c) ब्राझील (d) क्यूबा

(२२) समुद्राकडे पोहोचल्यानंतर हिमनद्यांचे काय होते?

(a) वितळणे (मेल्ट) (b) हिमखंडन (काल्व्ह)

(c) अनास्टोमोझ (d) वातावट्टरण (अॅब्लेट)

(२३) पुढीलपैकी कोणते संशोधक, खास करून नरम तळ असलेल्या हिमनदीच्या (सॉफ्ट बेडेड ग्लेशियर) अचानक उसळण्याविषयीच्या त्यांच्या संशोधनासाठी नावाजलेले आहेत?

(a) व्हेरिगेटेड ग्लैशरवरील मार्टिन शार्प

(b) आइसलंडमधील जॉफ बोल्टन
(c) ट्रॅपरिज ग्लैशरवरील गॅरी क्लार्क
(d) ग्रीनलंडमधील रिचर्ड ॲली

(२४) पेरिटो मोरेनो ग्लेशियर ही हिमनदी कुठे आहे?
(a) अर्जेंटिना (b) पेरू (c) बोलिव्हिया (d) ऊरुग्वाय

(२५) खडक, माती यांचा जो गाळ (डेब्री) हिमनदीसोबत वाहतो आणि हिमनदी वितळू लागताच मागे राहतो, त्याचे योग्य नाव काय?
(a) लोड (b) दलदल (मोरॅस)
(c) हिमोढ (मोरेन) (d) मॉरडंट

(२६) व्हॅटनाजोकुल (आइसलंड) हे कशाचे उत्तम उदाहरण आहे?
(a) हिमकड्याचा भाग (आइस शेल्फ) (b) हिमावरण (आइस कॅप)
(c) हिमचादर (आइसशीट) (d) हिमनग (आइसबर्ग)

(२७) हिमनद्या (ग्लेशियर) म्हणजे खरोखरीच एक आश्चर्यजनक घटना आहे. यापैकी कोणत्या एक प्रकारे आज पृथ्वीवरील जीवनावर हिमनद्यांचा परिणाम होत नाही?
(a) हिमनद्या पर्यटकांचे आकर्षण होऊ शकतात.
(b) हिमनदीय हिमभाग्यांचा (ग्लैशर आईस कोअर) अभ्यास, आपला ग्रह पूर्वी कसा होता, याविषयी सांगू शकतो.
(c) जगातील बहुतेक हिमनद्या इतक्या शीघ्रतेने वाढत आहेत की वस्तीच्या भागांमध्ये त्यांच्यापासून धोका संभवतो.
(d) तहानलेल्या जमातींसाठी हिमनद्या ताज्या पिण्याचे पाणी उपलब्ध करून देऊ शकतात.

(२८) डाँजे ग्लेशियर कुठे आहे?
(a) ब्राझिल (b) कॅनडा (c) इटली (d) चिली

(२९) निक्षेपणापेक्षा (डिपॉसिझन) झिजेमुळे (इरोजन) पुढीलपैकी कोणती लक्षणे दिसतात?
(a) हिमोढगिरी (ड्रमलिन) (b) हिमगर्त (केटल)
(c) हॉर्न (d) निरुंद घाटी (एस्कर)

(३०) पुढीलपैकी कोणता हिमनदीय गाळ (ग्लैशर सेडिमेंट) आहे?
(a) कॉल्युव्हियम (b) पवनओढ माती (लोएस)
(c) स्फटिक हिम (फर्न) (d) शैल चूर्ण (रॉक फ्लोअर)

(३१) ग्लैशर राष्ट्रीय उद्यान कोणत्या राज्यात आहे?
(a) अलास्का (b) कोलोरॅडो (c) वायोमिंग (d) मॉटाना

(३२) पुढीलपैकी बर्फयुगाविषयीचे (आइस एज) कोणते विधान खरे नाही?
(a) बर्फयुग तयार करण्यासाठी अनेक घटकांचा सहभाग असतो.
(b) इ. स. १४०० ते इ. स. १८६० पर्यंत पृथ्वीचे हवामान अत्यंत थंड अवस्थेत होते. आणि त्यामुळे याला 'छोटे बर्फयुग' (लिटील आइस एज) म्हणतात.
(c) आशियातून उत्तर अमेरिकेत जाणारा स्थलसेतू (लँड ब्रीज) बहुधा बर्फयुगामुळे समुद्रसपाटीत (सी लेव्हल) घट झाल्याने तयार झाला.
(d) शेवटच्या अब्जावधी वर्षांच्या सर्वाधिक कालावधीत, पृथ्वी मोठ्या प्रमाणात बर्फाने आच्छादित होती.

(३३) पुढीलपैकी कोणता हिमनदीचा प्रकार नाही?
(a) आल्प्सपर्वतीय (आल्पाइन) (b) हिमावरण (आइस कॅप)
(c) गिरिपाद (पिएडमाँट) (d) बारखन

(३४) 'फॉक्स ग्लेशियर' (हिमनदी) कुठे आहे?
(a) ऑस्ट्रेलिया (b) ईजिप्त
(c) पापुआ न्यूगिनी (d) न्यूझीलंड

(३५) हिमनदीतल्या भेगेला (क्रॅक) काय म्हणतात?
(a) हिमभेग (क्रेव्हिस) (b) क्रेटोन
(c) नीलविवर (ब्लू होल) (d) महाघळई (कॅनियान)

(३६) ब्रिक्सडाल ग्लेशियर कुठे आहे?
(a) आइसलंड (b) नॉर्वे (c) ग्रीनलंड (d) चीन

(३७) असे अनुमान काढले जाते की, जगातील सर्व हिमनद्यांतील बर्फ वितळला तर, सर्व समुद्र ..... नी वाढतील.
(a) ७० मीटर्स (b) ५० मीटर्स (c) २० मीटर्स (d) १५ मीटर्स

(३८) बहुतेक हिमनदीय बर्फाचा रंग कोणता असतो आणि का?
(a) करडा (ग्रे) कारण प्रचलित वाऱ्यांमुळे (प्रिव्हेलिंग विंड्स) हिमनद्या धूळ पकडतात आणि तीला साठवून ठेवतात.
(b) निळा, कारण त्या इतक्या दाट (डेंस) असतात की इतर प्रकाशाच्या वर्णपटाला (लाइट स्पेक्ट्रम) त्या शोषून घेतात.
(c) गुलाबी कारण 'गुलाबी ॲल्गे' (एक प्रकारची बुरशी) त्यात असते.
(d) हिरव्या, कारण बहुतेक हिमनद्या पेंग्विन पक्ष्यांच्या विष्ठेने बनलेल्या खताने (गुॲनो) आच्छादित असतात.

(३९) व्हॅटनाजोकुल ग्लेशियर कुठे आहे?
(a) ॲन्डीज (b) नॉर्वे (c) आइसलंड (d) ग्रीस

(४०) हिमनद्यांखेरीज, कोणती स्थलाकृती (लँडफॉर्म) निर्माण होते?

(a) हिमगर्त (केटल) (b) चुनखडी प्रस्तर (कारेन टेरेस)

(c) कंकतगिरी (केम टेरेस) (d) गोलाकृती टेकडी (नॉल)

(४१) हिमनदी (ग्लैशर) म्हणजे प्रवाहित बर्फाचा एक प्रचंड खंड असतो. हिमनद्या ठराविक हवामानाच्या परिस्थितीत तयार होतात आणि स्थलखंडावरच (लँड मास) तयार होतात. पुढीलपैकी कोणता शब्द, हिमनदीच्या जीवनावधीशी संबंधित नाहीत?

(a) वाढ/वृद्धी (अॅक्रेशन) (b) वातापट्टरण (अब्लेशन)

(c) संचय (अक्युम्युलेशन)

(d) संतुलनरेखा (इक्विलिब्रियन लाइन)

(४२) कोणती हिमनदीय संज्ञा तिच्या व्याख्येशी तंतोतंत जुळते?

(a) सेरॅक-हिमनदीय भागांमध्ये प्रचलित असलेला असह्य न थांबणारा वारा.

(b) हिमोढगिरी (ड्रमलिन) - सरकताना हिमनदीतून येणारा आवाज

(c) हिमभेग (क्रेव्हिस) - हिमनदीच्या पृष्ठभागावरील उघडी भेग

(d) फर्न - ती एकमेव वनस्पती जी हिमनदीवर जगू शकते.

(४३) पुढीलपैकी कोणते विधान चूक आहे?

(a) 'अगांतुक' (इरॅटिक) हा एक मोठा दगड किंवा इतर वस्तू आहे, जो हिमनदी तिच्या मूळ स्थानापासून बराच दूर वाहून नेते.

(b) दक्षिण ध्रुवीयातील (अँटार्क्टिका) जमैकाच्या आकाराएवढा बी - १५ हिमनग (आइसबर्ग), आत्तापर्यंत माहीत असलेल्या जगातील मोठ्या हिमनगांतील सर्वात मोठा होता.

(c) सध्या चालू असलेल्या भारत-पाकिस्तान संघर्षामुळे, पाकिस्तानातील सियाचेन ग्लैशरला 'जगातील सर्वात उंचावरील युद्धभूमी' म्हटले जाते.

(d) बहुतेक उत्तर अॅटलांटिकमधील हिमनग, कॅनडा व आईसलंड मधल्या हिमनद्यांमधून कोरले गेले आहेत.

(४४) हिमयुगांचे अस्तित्व कोणी निर्विवाद सिद्ध केले?

(a) आंद्रे आगासी (b) जेम्स हटन

(c) जिन लुईस रॉडॉल्फ अॅगासिझ (d) विल्यम बकलंड

(४५) हिमनद्या कोणत्या बाजूने येतात?

(a) स्टोप साइड (b) उत्तर बाजू

(c) डोंगराची बाजू (d) स्टॉस साइड

(४६) दक्षिण कॅनडा, उत्तर डाकोटा आणि उत्तर-पश्चिम मिनेसोटा या भागांमध्ये तयार झालेल्या मोठ्या सरोवराला ...... म्हणत असत.

(a) लेक वॉरन

(b) लेक आगासीझ

(c) मिनेसोटा लेक

(d) मिसिसिप्पी लेक

(४७) शेवटचे हिमयुग सुमारे ..... वर्षांपूर्वी संपले.

(a) १००,०००   (b) ११,०००   (c) ५०,०००   (d) ६,०००

(४८) दक्षिण-पूर्व मिनेसोटाचा जो प्रदेश अखेरच्या हिमनदीय हिमप्रवाहामुळे (ग्लेशियल आइस ॲडव्हान्स) आच्छादिला गेला नव्हता, त्याला ..... असे म्हणतात.

(a) हिमनदी अपक्षेप (आउटवॉश प्लेन)

(b) प्लवहीन क्षेत्र (ड्रिफ्टलेस एरिया)

(c) हिमजगुफा प्रदेश (सर्क एरिया)

(d) हिमोदगिरी क्षेत्र (ड्रमलिन फील्ड)

(४९) महाद्वीपीय हिमनदीमुळे (कॉंटिनेंटल ग्लेसियेशन) एकेकाळी उत्तर अमेरिका, दक्षिणेच्या ..... भागापर्यंत बर्फाने आच्छादिली होती.

(a) टेनेसी नदी

(b) कॅनडा व युनायटेड स्टेट्समधली सीमा

(c) ओहीयो आणि मिसुरी नद्या

(d) रियो ग्रॅण्ड

(५०) हिमनद्यांमध्ये कोणता सजीव प्राणी आढळला आहे?

(a) 'जायंट स्लॉथ' हा सस्तन प्राणी

(b) डायर वुल्फ - लांडग्याची एक जात

(c) प्रचंड हत्ती (मॅमॉथ)

(d) मानव

१३ भूप्रदेश आणि लोक

(१) ते एकमेव राष्ट्र कोणते जे एक महाद्वीप (काँटिनेंट) आहे आणि द्वीपही (आयलंड) आहे.
(a) दक्षिण धृव (अंटार्क्टिका) (b) ऑस्ट्रेलिया
(c) आफ्रिका (d) युरेशिया

(२) कोणता देश बुचाच्या झाडांच्या (कॉर्क ट्रीज) जंगलांसाठी प्रसिद्ध आहे?
(a) मलेशिया (b) पोर्तुगाल (c) कॅनडा (d) घाना

(३) "डाउटफुल साउंड" या नावाची उपखाडी (इनलेट) कुठे आहे?
(a) कॅनडा (b) न्यूझीलंड
(c) वेल्स (d) दक्षिण आफ्रिका

(४) जगात सर्वात जास्त बोलली जाणारी भाषा कोणती?
(a) मंडारिन (b) इंग्रजी
(c) स्पॅनिश (d) हिंदी

(५) इजिप्तची अधिकृत भाषा कोणती?
(a) इंग्लिश (b) डिंका (c) अरबी (d) न्यूबीयन

(६) भारतात हिन्दी नंतर कोणती भाषा सर्वात जास्त बोलली जाते?
(a) बंगाली (b) तमीळ (c) तेलगू (d) मलयाळम्

(७) पुढीलपैकी कोणता, जगातील सर्वात लहान देश आहे?
(a) मोनॅको (b) व्हॅटिकन शहर
(c) माल्टा (d) नारूरू

(८) जगातील सर्वात जास्त लोकसंख्या कुठे आहे?
(a) ऑस्ट्रेलिया (b) आशिया
(c) उत्तर अमेरिका (d) आफ्रिका

(९) 'अँकोर व्हॅट' कुठे आहे?
(a) थायलंड (b) कंबोडिया (c) व्हिएटनाम (d) इंडोनेशिया

(१०) पुढीलपैकी कोणाची सीमा भारताला लागून नाही?
(a) अफगाणिस्तान (b) पाकिस्तान
(c) ताजिकिस्तान (d) बांगलादेश

(११) क्षेत्रफळानुसार भारतातील सर्वात मोठे राज्य कोणते?
(a) उत्तर प्रदेश (b) मध्यप्रदेश (c) राजस्थान (d) महाराष्ट्र

(१२) कोणत्या प्रदेशात लोक 'किल्ट' हा पोशाख घालतात?
(a) इंग्लंड (b) स्कॉटलंड
(c) फ्रान्स (d) पोर्तुगाल

(१३) ''रॅडक्लिफ रेषेने'' कोणता देश भारताहून वेगळा झाला आहे?
(a) पाकिस्तान (b) चीन (c) भूतान (d) नेपाळ

(१४) पुढीलपैकी कोणत्या देशाला 'सुओमी' असे सुद्धा म्हणतात?
(a) नॉर्वे (b) फिनलंड (c) ग्रीनलंड (d) स्वीडन

(१५) कुठल्या भारतीय राज्यात 'मोसिनराम' आहे, तिथे जगातील सर्वाधिक पर्जन्यवृष्टी होते?
(a) मेघालय (b) नागालँड (c) आसाम (d) त्रिपुरा

(१६) 'पर्शिया' आता कोणत्या नावाने ओळखले जाते?
(a) इझराएल (b) इराण (c) इराक (d) कुवेत

(१७) भारतातील ते राज्य कोणते, ज्याचे मूळ नाव कलिंग होते?
(a) ओरिसा (b) मिझोरम
(c) नागालँड (d) त्रिपुरा

(१८) पुढीलपैकी कोणते यू. के. चा भाग नाही?
(a) इंग्लंड (b) स्कॉटलंड (c) आयर्लंड (d) वेल्स

(१९) १९९८-९९ साली, कोणता देश दुधाचे सर्वाधिक उत्पादन काढत होता?
(a) यू. एस. ए. (b) भारत (c) ब्रिटन (d) डेन्मार्क

(२०) कोणत्या देशात जगातील सर्वाधिक प्रमाणात मँगनीझ तयार होते?
(a) रशिया (b) यू. एस. ए.
(c) दक्षिण कोरिया (d) इंडोनेशिया

(२१) कोणत्या देशाला 'नेदरलंड्स' असेही म्हणतात?
(a) हॉलंड (b) बेल्जियम
(c) डेनमार्क (d) स्वीडन

(२२) 'बोस्निया-हर्जेगोव्हिना' हे ..... चा भाग होतो.
(a) अझेरबैजन (b) युगोस्लाव्हिया
(c) बल्गेरिया (d) झेक प्रजातंत्र

(२३) कोणत्या भारतीय राज्याला सर्वात मोठा किनारा आहे?
(a) तमिळनाडू (b) गुजरात
(c) महाराष्ट्र (d) केरळ

(२४) बांध आणि पवनचक्क्यांसाठी (डाइक्स अँड विंडमिल्स) पुढील देशांपैकी कोणता देश प्रसिद्ध आहे?

(a) इंग्लंड (b) फ्रान्स (c) नेदरलँड्स (d) डेन्मार्क

(२५) यापैकी कोण 'इग्लू' मध्ये राहतात?

(a) एस्किमो (b) वेल्ड (c) माओरी (d) झुलू

(२६) 'व्हॅली ऑफ बटरफ्लाईज' ही फुलपाखरांची दरी कुठे आहे? इथे हजारोंच्या संख्येने फुलपाखरे आकर्षित होतात आणि इतक्या घनतेने राहतात की, तो संपूर्ण प्रदेश त्यामुळे अंधारून जातो.

(a) पापुआ न्यूगिनी (b) ऱ्होड्स
(c) किरीबाटी (d) पिटकैर्न

(२७) कोणत्या देशात काही स्थानिक रहिवासी 'बाओबॅब' झाडाच्या ढोलीमध्ये त्यांची घरे वसवितात?

(a) युगांडा (b) केनिया (c) काँगो (d) मोझांबिक

(२८) कोणत्या भारतीय राज्यात किनारपट्टी व आंतरराष्ट्रीय सीमा नाही?

(a) उत्तर प्रदेश (b) मध्य प्रदेश
(c) आंध्र प्रदेश (d) गुजरात

(२९) कोणत्या देशात तुम्हाला 'पाएल्ला' खायला मिळेल?

(a) मेक्सिको (b) अर्जेंटिना (c) पोर्तुगाल (d) स्पेन

(३०) 'लेप्चा' ही टोळी जमात कुठल्या भारतीय राज्यात सापडते?

(a) गुजरात (b) आसाम
(c) सिक्कीम (d) पश्चिम बंगाल

(३१) 'शांत खोरे' (सायलेंट व्हॅली) कुठे आहे?

(a) केरळ (b) कर्नाटक (c) तमिळनाडू (d) महाराष्ट्र

(३२) कोणता आशियाई देश इतर ११ देशांच्या सीमारेषांवर आहे?

(a) भारत (b) अफगाणिस्तान
(c) चीन (d) तिबेट

(३३) फिनलंड, स्वीडन, नॉर्वे आणि डेन्मार्क यांना कोणते सामुदायिक नाव दिले गेले आहे?

(a) नेदरलँड्स (b) युरोपियन युनियन
(c) स्कँडिनेव्हिया (d) नॉर्दन स्टेट्स (उत्तरी राज्ये)

(३४) कोणत्या रानटी जमातीचे नाव युरोपातील मध्ययुगीन चर्च वास्तुशिल्पशास्त्र शैलीला देण्यात आले आहे?

(a) गॉथे (b) हन (c) गेल (d) गॉल

(३५) १९६४ मध्ये टांगानिका आणि झांझीबार विलीन होऊन कोणते राष्ट्र तयार झाले?

(a) टांझानिया (b) झिंबाब्बे
(c) झांबिया (d) काँगो लोकशाही प्रजातंत्र

(३६) कोणत्या देशाने 'पाण्याचा काठ' (वॉटर्स एज) या मालिकेतील स्टँप (पोस्टाची तिकिटे) जाहीर केले?

(a) जपान (b) चीन (c) कोरिया (d) व्हिएटनाम

(३७) यापैकी कोणता प्रदेश राजस्थानमध्ये आहे?

(a) काठियावाड (b) मेवाड (c) सौराष्ट्र (d) कच्छ

(३८) कोणत्या देशाच्या विमानवाहतूक सेवेला 'गरुडा' हे नाव आहे?

(a) श्रीलंका (b) नेपाळ (c) भूतान (d) इंडोनेशिया

(३९) अॅटलांटिक महासागरातील 'फाल्कन आयलंड्स' या द्वीपावर कोणते राष्ट्र शासन करते?

(a) यू. एस. ए. (b) ब्राझिल (c) फ्रान्स (d) ब्रिटन

(४०) पुढीलपैकी कशामुळे पंजाबला त्याचे नाव मिळाले आहे?

(a) पाच टेकड्या (b) पाच डोंगर (c) पाच नद्या (d) पाच तलाव

(४१) स्वित्झर्लंडमध्ये जर्मन भाषा बोलणाऱ्या लोकांची टक्केवारी किती आहे?

(a) ६० (b) ६४ (c) ७५ (d) ८०

(४२) 'खैबर पास' मार्फत पाकिस्तान कोणत्या देशास जोडले गेले आहे?

(a) ताजिकिस्तान (b) अफगाणिस्तान
(c) चीन (d) इराण

(४३) भारतातील पुढीलपैकी कोणत्या केंद्रशासित प्रदेशात मुस्लीम लोकसंख्या सर्वात जास्त आहे?

(a) लक्षद्वीप (b) अंदमान आणि निकोबार
(c) दादरा आणि नगर हवेली (d) चंदीगड

(४४) कोणत्या शहराच्या दिशेने मुस्लीम लोक प्रार्थना करतात?

(a) कैरो (b) मक्का (c) मदिना (d) इस्तंबूल

(४५) साधारणत: कोणत्या पंथातील लोक 'सत् श्री अकाल' या शब्दांनी स्वागत करतात?

(a) मुस्लीम (b) शीख (c) जैन (d) हिंदू

(४६) पुढीलपैकी कोणत्या देशात जगातील सर्वात अधिक प्रमाणात तांदूळ, गहू व भाज्यांचे उत्पादन होते?

(a) भारत (b) इंडोनेशिया (c) चीन (d) बांगलादेश

(४७) ‘हमुराबी’ कोणत्या प्राचीन राष्ट्रात होते?

(a) ग्रीस (b) रोम (c) बॅबिलॉन (d) भारत

(४८) यापैकी कोणत्या देशाची लोकसंख्या सर्वांत कमी आहे?

(a) यू. एस. ए. (b) भारत (c) चीन (d) जपान

(४९) अजगर (बोआ कंस्ट्रिकटर्स) कोणत्या देशात तुम्हांला सापडतील?

(a) चीन (b) मॅडागॅस्कर (c) केनिया (d) मोझांबिक

(५०) कोणते लोक ‘कुकुरी’ नावाची वक्राकार सुरी वापरतात?

(a) पंजाबी (b) नागा (c) गुरखा (d) लेप्चा

◆◆◆

१४ राजधान्या आणि शहरे

(१) १८८५ साली कोणत्या अमेरिकन शहरात जगातील पहिली गगनचुंबी इमारत (स्कायस्क्रेपर) बांधली गेली?
(a) न्यूयॉर्क (b) बॉस्टन
(c) शिकागो (d) लॉस एंजलिस

(२) ऑस्ट्रेलियाची राजधानी कोणती?
(a) सिडनी (b) ॲडलेड (c) मेलबर्न (d) कॅनबेरा

(३) लंडन या राजधानीच्या शहरातून कोणती नदी वाहते?
(a) थेम्स (b) सेव्हर्न (c) ट्रेंट (d) औस

(४) ब्रिटिश कोलंबियाची प्रांतीय राजधानी कोणती?
(a) व्हिक्टोरिया (b) व्हॅनकुवर (c) सिएटल (d) किटिमॅट

(५) कोणते जर्मन शहर त्याच्या सुगंधी अत्तरासाठी (पर्फ्युम) प्रसिद्ध आहे?
(a) ड्रेस्डन (b) कोलोन (c) एसेन (d) बर्लिन

(६) पुढीलपैकी कोणत्या शहरामध्ये 'सॅटेलाइट फ्रेट सिटी' विकसित केली जात आहे?
(a) गुडगाव (b) कांडला (c) नवी मुंबई (d) बेंगळूरू

(७) भुयारी जलाशयावर बांधले गेल्याने कोणते शहर प्रतिवर्षी ६ ते ८ इंचांनी खचत चालले आहे?
(a) न्यूयॉर्क (b) मेक्सिको
(c) लॉस एंजलिस (d) ओक्लाहोमा

(८) कोणते शहर १०० हून अधिक अधिक द्वीपांवर वसले आहे?
(a) व्हेनिस (b) ॲम्स्टरडॅम
(c) रोम (d) लंडन

(९) जानेवारी महिन्यात जिथले तापमान गोठनबिंदूहून (फ्रीझिंग पॉईंट) थोडे निम्न असते, ते जगातील सर्वात उत्तरेकडील शहर कोणते आहे?
(a) हॅमरफेस्ट (b) व्हॅडसो (c) मरमॅन्स्क (d) बॅरो

(१०) आंतरराष्ट्रीय न्यायालयाची मुख्य कचेरी कोणत्या शहरात आहे?
(a) हाग (b) रोम (c) व्हिएना (d) जिनीव्हा

(११) जगातील सर्वात जास्त लोकसंख्या असलेले शहर कोणते?
(a) न्यूयॉर्क (b) लंडन (c) मुंबई (d) टोकियो

(१२) मॉस्को हे राजधानी शहर कोणत्या नदीवर वसले आहे?
(a) अरल (b) मोस्को (c) ओका (d) व्होल्गा

(१३) कोणत्या देशाची राजधानी ऑस्लो आहे?
(a) नॉर्वे (b) स्वीडन (c) फिनलंड (d) डेन्मार्क

(१४) पुढीलपैकी कोणती तिबेटची राजधानी आहे?
(a) गंगटॉक (b) ल्हासा (c) शांघाय (d) थिंपू

(१५) दक्षिण भारतातील कोणते थंड हवेचे ठिकाण घोड्यांच्या शर्यतीसाठी प्रसिद्ध आहे?
(a) कोडाईकॅनॉल (b) उटी (c) मुनार (d) शिमला

(१६) कोणत्या शहराचा काही भाग युरोपात तर काही भाग आशिया खंडात येतो?
(a) अॅथेन्स (b) तिराना (c) इस्तन्बूल (d) बुखारेस्ट

(१७) जगातील सर्वात उंचीवरचे शहर कोणते आहे?
(a) लापाझ (b) वेनचूहान
(c) क्विटो (d) पोटोसी

(१८) जागतिक संसाधन संस्था कोणत्या शहरात आहे?
(a) सिंगापूर (b) वॉशिंग्टन डी. सी.
(c) ब्रिस्बेन (d) लॉस एंजलिस

(१९) भारतातील कर्करोगसंशोधनाची प्रमुख संस्था कुठे आहे?
(a) चेन्नई (b) पॉन्डिचेरी (c) हैद्राबाद (d) मुंबई

(२०) कोणत्या भारतीय शहरात स्मारकांची संख्या सर्वाधिक आहे?
(a) मंगळूर (b) कोलकता (c) दिल्ली (d) जयपूर

(२१) आंध्रप्रदेशातील सिंगारेणी कशासाठी प्रसिद्ध आहे?
(a) सोन्याच्या खाणी (b) लोहधातू (आयर्न ओअर)
(c) कोळशाच्या खाणी (d) रेल्वे कारखाना

(२२) जगातील सर्वात उंचीवर असलेले राजधानी शहर कोणते?
(a) बीजिंग (b) ल्हासा (c) काठमांडू (d) मॉस्को

(२३) जॉर्डनची राजधानी कोणती?
(a) अम्मान (b) जेड्डा (c) शारजा (d) बहारेन

(२४) सॅंटिअॅगो कोणत्या राष्ट्राची राजधानी आहे?
(a) चिली (b) बार्बेडॉस (c) एल सॅलव्हेडॉर (d) कोलंबिया

(२५) जबलपूर हे शहर कोणत्या नदीवर वसले आहे?
(a) बेतवा (b) चंबळ (c) इंद्रावती (d) नर्मदा

(२६) अमेरिकेतील कोणत्या शहरात सुप्रसिद्ध 'सेव्हन माइल्स ब्रिज' हा सेतू आहे?
(a) सॅन फ्रॅन्सिस्को (b) लॉस एंजलिस
(c) शिकागो (d) बाल्टिमोअर

(२७) कोणते शहर मुळात ७ द्वीपे होती, ज्याला ग्रीक 'हेप्टानेशिया' म्हणत असत?
(a) कोलकता (b) मंगळूर (c) मुंबई (d) कोची

(२८) व्हिएटनामची राजधानी कोणती?
(a) डॅ नँग (b) क्वी नेव्हॉन
(c) हनोई (d) लाँग झुयेन

(२९) कोणत्या युरोपियन शहरात सर्वात जास्त संख्येने पूल आहेत?
(a) व्हेनिस (b) जिनीवा (c) मिलान d) माद्रिद

(३०) कोणत्या देशाची राजधानी बगदाद आहे?
(a) अफगाणिस्तान (b) कुवेत (c) इराक (d) सौदी अरेबिया

(३१) यापैकी कोणते शहर यमुना नदीतीरावर वसले आहे?
(a) चंदीगड (b) मथुरा (c) लखनौ (d) कानपूर

(३२) रोमानियाची राजधानी कोणती?
(a) बुखारेस्ट (b) बुडापेस्ट (c) सोफिया (d) बेलग्रेड

(३३) अहमदाबाद कोणत्या नदीतीरावर वसले आहे?
(a) कृष्णा (b) सतलज (c) साबरमती (d) बियास

(३४) काठमांडू कोणत्या नद्यांच्या संगमावर वसले आहे?
(a) विष्णुमती व भागमती (b) ब्रह्मपुत्रा व विष्णुमती
(c) त्रिशूळी व इंद्रावती (d) नारायणी व संकोशी

(३५) तूर्कीची राजधानी कोणती?
(a) इस्तंबूल (b) अंकारा (c) दमास्कस (d) ताब्रीझ

(३६) कोणत्या शहरात शहाजहानचे थडगे आहे?
(a) दिल्ली (b) आग्रा (c) जयपूर (d) मेवाड

(३७) भारतातील कोणत्या शहरात सेंट फ्रांन्सिस झेवियर यांचा देह जतन करून ठेवण्यात आला आहे?
(a) पाँडेचेरी (b) गोवा (c) चेन्नई (d) कोची

(३८) न्यूझीलंडची राजधानी कोणती?
(a) क्राइस्टचर्च (b) ड्युनेडिन (c) ऑकलंड (d) वेलिंग्टन

(३९) वेल्सची राजधानी कोणती?
(a) कार्डिफ (b) डब्लिन (c) ॲबरडीन (d) ड्युनेडिन

(४०) केंप गौडा यांनी स्थापित केलेली १६व्या शतकातील प्रांतीय राजधानी कोणती?
(a) हैदराबाद (b) तिरुवनंतपुरम (c) बंगलोर (d) चेन्नई

(४१) व्हेसुव्हियसच्या उद्रेकामुळे कोणत्या प्राचीन शहराचा संहार झाला?
(a) व्हेनिस (b) नेपल्स (c) सिसिली (d) पॉम्पाय

(४२) 'वेलिंग वॉल' (रडणारी भिंत) तुम्हांला कोणत्या शहरात सापडेल?
(a) व्हॅटिकन (b) मक्का (c) जेरुसलेम (d) नाझारेथ

(४३) पाकिस्तान नियंत्रित काश्मीरची राजधानी कोणती?
(a) लाहोर (b) पठाणकोट (c) मुझफ्फराबाद (d) पेशावर

(४४) व्हेनिसखेरीज कोणते युरोपियन शहर कालव्यांवर वसले आहे?
(a) ॲमस्टरडॅम (b) रोम (c) जिनिवा (d) बार्सेलोना

(४५) पुढीलपैकी कोणते ठिकाण सुगंधी अत्तरांसाठी (पर्फ्यूम) प्रसिद्ध आहे?
(a) ग्रास (b) नीस (c) पेट्रा (d) डेट्रॉइट

(४६) सिरियाची राजधानी कोणती?
(a) दमास्कस (b) रियाद (c) अम्मान (d) बैरूट

(४७) कोणत्या भारतीय शहराला 'सिलिकॉन व्हॅली' असे म्हणतात?
(a) चेन्नई (b) बंगलोर (c) हैदराबाद (d) कालिकत

(४८) कोणत्या देशात डसेलडॉर्फ हे शहर वसले आहे?
(a) स्पेन (b) ऑस्ट्रिया (c) फिनलंड (d) जर्मनी

(४९) 'सेंटर फॉर इंटरनॅशनल एनव्हायरनमेंटल इंनफोर्मेशन' हे पर्यावरण संबंधित माहिती देणारे आंतरराष्ट्रीय केंद्र कोठे आहे?
(a) मेलबर्न (b) न्यूयॉर्क (c) बॉन (d) फ्रँकफर्ट

(५०) सामोआची राजधानी कोणती?
(a) फॉँगाफेल (b) व्हिला (c) एपिया (d) हॉनीयारा

◆◆◆

१५ सुप्रसिद्ध रचना

(१) जगातील सर्वात मोठी वेधशाळा कोठे आहे?
(a) लंडन (b) विस्कोनसीन (अमेरिका)
(c) कॅलिफोर्निया (d) पॅरिस

(२) ते श्रेष्ठ विष्णू मंदिर ज्याला पर्वत मंदिर (माउंटन टेंपल) असेही म्हणतात आणि ते त्याच्या देशाचे सूचकचिन्हसुद्धा आहे, ते कुठे आहे?
(a) थायलंड (b) श्रीलंका
(c) नेपाळ (d) कंबोडिया

(३) येशू ख्रिस्त या तारणहाराचा 'क्राईस्ट द रीडीमर' हा डोंगरावरील भव्य पुतळा कोणत्या शहरात आहे?
(a) रिवो दि जेनिरो (b) रोम
(c) लंडन (d) व्हॅटिकन सिटी

(४) प्राचीन पिरॅमिड्स हे ईजिप्तचा गौरव आहेत. इजिप्तमधल्या कोणत्या शहरात ते आहेत?
(a) आस्वान (b) कैरो (c) गीझा (d) अल् कासार

(५) ८२८ मीटर उंचीची जगातील सर्वांत उंच इमारत कोणती?
(a) एम्पायर स्टेट बिल्डिंग - न्यूयॉर्क
(b) पेट्रोनस ट्विन टावर्स, क्वोलालंपूर
(c) सियर्स टॉवर्स - शिकागो
(d) बुर्ज खलिफा - दुबई

(६) भारतातील सर्वांत लांब रेल्वे प्लॅटफॉर्म कुठे आहे?
(a) कोलकाता (b) मुंबई (c) सोनेपूर (d) खडगपूर

(७) जगातील सर्वात मोठे वस्तुसंग्रहालय (म्युझियम) कुठे आहे?
(a) रोम (b) मुंबई (c) लंडन (d) सिंगापूर

(८) जगातील सर्वांत मोठे प्रेक्षकगृह (ऑडिटोरियम) कुठे आहे?
(a) ब्राझिल (b) अॅटलांटिक सिटी
(c) न्यूयॉर्क (d) जपान

(९) सर्वांत लांब (५७.७ कि.मी.) रेल्वे बोगदा कुठे आहे?
(a) जपान (b) ब्राझिल (c) स्वित्झर्लंड (d) फ्रांस

(१०) अल-अक्स मशीद कुठे आहे?
(a) रोम (b) जेरुसलेम (c) इजिप्त (d) बैरुट

(११) यापैकी कोणते तुम्हाला अंतराळातून दिसेल?
(a) चीनची मोठी भिंत (ग्रेट वॉल ऑफ चायना)
(b) स्टॅच्यू ऑफ लिबर्टी (स्वातंत्र्यदेवतेचा पुतळा)
(c) ग्रेट बॅरियर रीफ प्रवाळ भित्त
(d) लीनिंग टॉवर ऑफ पिसा (कललेला पिसांचा मनोरा)

(१२) पुढीलपैकी कोणता जगातील सर्वात मोठा प्राकृतिक पूल आहे?
(a) आक्सिकायक्वो (जपान) (b) इस्ट (डेन्मार्क)
(c) हंबर एस्ट्युरी (इंग्लंड) (d) जॉर्ज वॉशिंग्टन (अमेरिका)

(१३) जगातील सर्वात मोठी मशीद कोणती?
(a) अल् हरम (मक्का) (b) सुलेमान मशीद (तेहरान)
(c) सद्दाम मशीद (बगदाद)
(d) हसन मशीद (कासा ब्लान्का)

(१४) भारतातील सर्वात उंच धरण कोणते?
(a) नागार्जुनसागर धरण (b) भाक्रा-नानगल धरण
(c) कोयना धरण (d) निझामसागर धरण

(१५) स्वतंत्रता देवतेचा पुतळा (स्टॅच्यू ऑफ लिबर्टी) कुठे आहे?
(a) पॅरिस (b) न्यूयॉर्क (c) लंडन (d) सिडनी

(१६) गुरू तेगबहादूर यांना ज्या स्थानावर फाशी देण्यात आले, त्या त्यांच्या हौतात्म्याच्या स्मरणार्थ बांधलेले पवित्र स्थान दिल्लीत आहे; त्याचे नाव काय?
(a) गुरुद्वार सिस गंज (b) गुरुद्वार बांगलासाहिब
(c) गुरू नानकमंदिर (d) आनंदसाहिब गुरुद्वारा

(१७) 'व्हिक्टोरिया मेमोरियल' हे स्मारक भारतात कुठे आहे?
(a) नवी दिल्ली (b) कोलकाता
(c) बंगलोर (d) चंदीगड

(१८) यापैकी कोणता किल्ला राजस्थानात आहे?
(a) लाल किल्ला (b) अंबर किल्ला
(c) गोवळकोंडा किल्ला (d) विजयदुर्ग

(१९) कोणत्या दोन देशांच्या वास्तुशिल्पशास्त्रज्ञांनी ताजमहालची रचना केली?
(a) ग्रीस व इजिप्त (b) पर्शिया व इजिप्त
(c) भारत व पर्शिया (d) ग्रीस व भारत

(२०) 'रूमटेक मोनॅस्ट्री' हा मठ तुम्हाला कोणत्या राज्यात आढळेल?
(a) हिमाचल प्रदेश (b) जम्मू आणि काश्मीर
(c) सिक्कीम (d) अरुणाचल प्रदेश

(२१) पशुपतिनाथ मंदिर कुठे आहे?
(a) नेपाळ (b) भारत (c) भूतान (d) श्रीलंका

(२२) 'सिस्टीन चॅपल' कुठे आहे?
(a) पॅरिस (b) पिसा (c) रोम (d) व्हॅटिकन

(२३) ताजमहाल बांधण्यासाठी कुठले संगमरवर वापरले गेले?
(a) उदयपूर (b) जैसलमर
(c) मकराना (d) जयपूर

(२४) ओरिसा येथील कोणार्क मंदिर कोणत्या आकारात बांधले आहे?
(a) चौकोनी (b) रथाचा आकार
(c) वर्तुळाकार (d) शंकूचा आकार

(२५) कमळाच्या आकाराचे सुप्रसिद्ध बहाई मंदिर भारतात कुठे आहे?
(a) मुंबई (b) चेन्नई
(c) नवी दिल्ली (d) कालिकत

(२६) सन २००१ मध्ये आतंकवाद्यांनी उद्ध्वस्त केलेली 'वर्ल्ड ट्रेड सेंटर' ही इमारत कोणत्या वर्षी बांधून पूर्ण झाली होती?
(a) १९७२ (b) १९७९ (c) १९८१ (d) १९८४

(२७) कोणते पवित्र स्थान 'सुवर्ण मंदिर' (गोल्डन टेंपल) या नावाने प्रसिद्ध आहे?
(a) हेमकुंटसाहिब (b) पाउंटासाहिब
(c) बलबिंदरसाहिब (d) हरमिंदरसाहिब

(२८) जगातील सर्वात मोठे छायायंत्र (सन डायल) कोणत्या भारतीय शहरात आहे?
(a) दिल्ली (b) जयपूर (c) आग्रा (d) लखनौ

(२९) सर्वात जास्त गगनचूंबी इमारती कोणत्या शहरात आहेत?
(a) हाँगकाँग (b) शिकागो (c) लंडन (d) न्यूयॉर्क

(३०) जगातील सर्वात उंच (१२८ मीटर) बुद्धाचा पुतळा कोठे आहे?
(a) इंडोनेशिया (b) जपान (c) चीन (d) श्रीलंका

(३१) जगातील सर्वात मोठे चर्च कोठे आहे?
(a) रोम (b) लंडन
(c) कोट दी आयव्हरी (d) सिडनी

(३२) जगातील सर्वात मोठ्या धरणाचे (डॅम) नाव द्या.
(a) भाक्रा-नानगल धरण (b) ग्रँड कुली डॅम
(c) पायकारा डॅम (d) ग्रेट हडसन डॅम

(३३) जगातील सर्वात उंच कारंजे कुठे आहे?
(a) ॲरिझोना (b) पॅरिस (c) रोम (d) मॉस्को

(३४) 'मदरलँड' हा सर्वात मोठा पुतळा म्हणून नावाजला आहे. तो कुठे आहे?
(a) कार्डिफ (b) ग्लासगो
(c) व्होल्व्होग्राड (d) बुडापेस्ट

(३५) गुप्त कालावधीत बांधले गेलेले खजुराहोचे सुप्रसिद्ध महादेवमंदिर कुठे आहे?
(a) महाराष्ट्र (b) गुजरात (c) मध्यप्रदेश (d) बिहार

(३६) 'स्फिंक्स' हा मनुष्याचे डोके असलेला सिंहाचा दगडी पुतळा कुठे आहे? तो ख्रिस्तपूर्व २९०० मध्ये बांधला गेला.
(a) पेरू (b) ईजिप्त (c) इराक (d) चीन

(३७) 'ट्रेव्ही फाउंटन' हे कारंजे कुठे आहे?
(a) व्हेनिस (b) रोम (c) कॅन्सस (d) व्हिएन्ना

(३८) 'आयफेल टॉवर' कोणी बांधला?
(a) लुई XIV (b) ऑगस्टीन सीझर
(c) मायकल अँजलो (d) गुस्ताव्ह

(३९) राष्ट्रपतीभवनाचे वास्तुशिल्पशास्त्रज्ञ (आर्किटेक्ट) कोण होते?
(a) सर एडविन लँडसीयर लुट्येन्स (b) ल कॉरबूसियर
(c) चार्ल्स् कोरिया (d) फ्रँक लॉइड राईट

(४०) भारतातील सर्वात मोठे यहुदी लोकांचे मंदिर (सिनेगॉग) कोठे आहे?
(a) त्रिची (b) कोची (c) गोवा (d) पाँडिचेरी

(४१) चीनची भिंत किती लांब आहे?
(a) १४०० मैल (b) ३५०० मैल
(c) ४००० मैल (d) ५००० मैल

(४२) जगातील सर्वात मोठे बुद्ध मंदिर कोठे आहे?
(a) भारत (b) इंडोनेशिया
(c) श्रीलंका (d) जपान

(४३) 'मल्टिपल मिरर टेलिस्कोप' दुर्बीण कुठे आहे?
(a) माउंट हॉपकिन्स (b) माउंट पामर
(c) माउंट विल्सन (d) माउंट हॅमिल्टन

(४४) जागतिक आश्चर्य असलेले 'पार्थेनन टेंपल' युरोपमध्ये कुठे आहे?
(a) बेलग्रेड (b) ग्रीस (c) सोफिया (d) व्हेनिस

(४५) कोणत्या देशात 'इंपीरियल पॅलेस' हा राजवाडा आहे?
(a) चीन (b) रशिया (c) जपान (d) कोरिया

(४६) पुढीलपैकी कोणते ठिकाण, खडकातून कोरल्या गेलेल्या बुद्धाच्या भव्य पुतळ्यासाठी प्रसिद्ध आहे?
(a) अनुराधापुरम् (b) अंगकोर वॅट (c) बोरोबोदूर (d) बामियान

(४७) 'विल्यम द कॉन्क्वरर' या अजिंक्य योद्ध्याने बांधलेल्या इमारतीचे नाव काय आहे?
(a) विंडसर पॅलेस (b) बर्मिंगहॅम पॅलेस
(c) टॉवर ऑफ लंडन (d) वेस्टमिंस्टर ॲबी

(४८) शहराच्या क्षितिजेरेषेवर प्रामुख्याने उठून दिसणारा नॅशनल वेस्टमिनस्टर बँक टॉवर कुठे आहे?
(a) लंडन (b) बॉस्टन (c) जिनिव्हा (d) किंगस्टन

(४९) आधुनिक जगातील सात आश्चर्यांपैकी एक असलेले कन्साई आंतरराष्ट्रीय विमानतळ कोणत्या देशात आहे?
(a) चीन (b) सिंगापूर
(c) जपान (d) तैवान

(५०) प्राचीन जगातील सात आश्चर्यांपैकी एक असलेले बॅबिलोनचे झुलते उद्यान (हँगिंग गार्डन) कोणत्या शहराजवळ आहे?
(a) अथेन्स (b) रोम (c) कैरो (d) बगदाद

◆◆◆

१६ टोपणनावे

(१) जगातील सर्वात निर्मनुष्य द्वीपाचे नाव काय?
(a) सेंट हेलेना (b) न्यू सायबेरियन आयलंड
(c) ट्रिस्टन डी कुन्हा (d) स्वालबार्ड

(२) 'अरबी समुद्राची राणी' (क्वीन ऑफ द अरेबियन सी) असे म्हटले जाणाऱ्या शहराचे नाव सांगा.
(a) कोची (b) कारवार (c) मुंबई (d) मंगळूर

(३) कोणत्या प्रदेशाला 'नेव्हर, नेव्हर लॅण्ड' असे म्हणतात?
(a) उत्तर ऑस्ट्रेलियातील प्रेयरीज गवताळ प्रदेश
(b) ग्रेट ऑस्ट्रेलियन डेझर्ट हे वाळवंट
(c) सायबेरिया
(d) एलेस्मियर आयलंड

(४) पुढीलपैकी कोणाला 'भारतातील उद्यानांचे शहर' (गार्डन सिटी ऑफ इंडिया) असे म्हणतात?
(a) चंदीगड (b) बंगळुरू (c) जबलपूर (d) इंफाल

(५) कोणत्या देशाला 'सोनेरी पॅगोडांचा देश' (लँड ऑफ द गोल्डन पॅगोडाज) असे म्हणतात?
(a) जपान (b) थायलंड (c) मायनामार (d) जावा

(६) कोणत्या देशाला 'सकाळच्या शांततेची भूमी' (लँड ऑफ मॉर्निंग काम) असे म्हणतात?
(a) जपान (b) तैवान (c) कोरिया (d) फिलिपाईन्स

(७) 'सरोवरांची भूमी' (लँड ऑफ द लेक्स) कोणती?
(a) स्कॉटलंड (b) कॅनडा (c) इलिनॉय (d) कोरिया

(८) कोणत्या नदीला 'बंगालचे दु:ख' (सॉरो ऑफ बंगाल) असे म्हणतात?
(a) गंगा (b) दामोदर (c) ब्रह्मपुत्रा (d) यमुना

(९) कोणते स्थान 'सोनेरी प्रवेशद्वाराचे शहर' (सिटी ऑफ द गोल्डन गेट) म्हणून नावाजले आहे?
(a) डार्विन (b) सोल (c) सॅन फ्रॅन्सिस्को (d) क्वोट्टा

(१०) भारतातील कोणत्या शहराला सुवर्ण मंदिराचे शहर असे म्हणतात?
(a) चिदंबरम (b) अमृतसर (c) वाराणसी (d) अलाहाबाद

(११) कोणत्या स्थानाला 'स्वप्नाळू मनोऱ्यांचे शहर' (सिटी ऑफ ड्रीमिंग स्पायर्स) म्हणतात?
(a) न्यूकासल (b) लॅकशायर (c) ऑक्सफोर्ड (d) यॉर्कशायर

(१२) 'सात टेकड्यांचे शहर' (सिटी ऑफ सेव्हन हिल्स) किंवा 'शाश्वत नगर' (इटर्नल सिटी) असे म्हणविल्या जाणाऱ्या शहराचे नाव सांगा.
(a) तिरूपती (b) ट्रेंट (c) व्हॅटिकन (d) रोम

(१३) 'गगनचुंबी इमारतींचे (सिटी ऑफ स्कायस्क्रेपर्स)' शहर कोणते?
(a) न्यूयॉर्क (b) सिंगापूर (c) नवी दिल्ली (d) मॉस्को

(१४) 'लँड ऑफ लीलीज' हे कोणत्या भूप्रदेशाला म्हणतात?
(a) कॅनडा (b) व्हेनिस (c) ॲमस्टरडॅम (d) डेन्मार्क

(१५) कोणत्या नदीला 'पिवळी नदी' (यलो रिव्हर) असे नाव आहे?
(a) यांगत्से कियांग (b) हुआंगो हो (c) ब्रह्मपुत्रा (d) व्होल्गा

(१६) 'कॉकपिट ऑफ युरोप' हे युरोपातील कोणत्या भूमीचे नाव आहे? (कॉकपिट - विमानातील वैमानिकाची बसण्याची जागा)
(a) बेल्जियम (b) नेदरलँड्स (c) इंग्लंड (d) डेन्मार्क

(१७) 'श्याम खंड' (डार्क कॉन्टिनंट) कशाला म्हणतात?
(a) उत्तर ध्रुवीय (आर्क्टिक) (b) आफ्रिका
(c) ऑस्ट्रेलिया (d) दक्षिण ध्रुवीय (अंटार्क्टिका)

(१८) 'पाचूचे बेट' (एमेरल्ड ऑईल) कोणते?
(a) श्रीलंका (b) आयर्लंड (c) जपान (d) तैवान

(१९) कोणत्या स्थानाला 'अश्रूंचे प्रवेशद्वार' (गेट ऑफ टियर्स) म्हणतात?
(a) पोलंड (b) लिथुआनिया
(c) बाब-ईल-मांडाब (d) एस्टोनिया

(२०) कोणत्या देशाला वाळवंटातील उद्यान असे म्हणतात?
(a) नायजेर (b) टांझानिया
(c) इथिओपिया (d) सहारा प्रजासत्ताक

(२१) कोणत्या स्थानाला 'नाईलची भेट' (गिफ्ट ऑफ द नाईल) असे म्हणतात?
(a) इथिओपिया (b) इजिप्त (c) सुदान (d) युगांडा

(२२) कोणत्या जलाशयाला 'हेरिंग पाँड' असे म्हणतात?
(a) भूमध्य सागर (मेडिटेरियन सी) (b) ॲटलांटिक महासागर
(c) कॅस्पियन समुद्र (d) लेक एरी

(२३) कोणत्या स्थानाला 'पवित्र भूमी' (होली लॅण्ड) असे म्हणतात?
(a) रोम (b) मक्का (c) पॅलेस्टाईन (d) व्हॅटिकन

(२४) कोणत्या देशाला 'यतींचे राज्य' (हर्मिट्स किंग्डम) असे म्हणतात?
(a) कोरिया (b) तिबेट
(c) मायनामार (d) थायलंड

(२५) 'लवंगांचे बेट' (आयलंड ऑफ क्लोव्हज) या द्वीपाचे नाव सांगा.
(a) श्रीलंका (b) बहारेन (c) सार्डिनिया (d) झांझीबार

(२६) कोणत्या बेटाला 'मोत्यांचे बेट' (आयलंड ऑफ पर्ल्स) असे म्हणतात?
(a) श्रीलंका (b) बहारेन (c) सार्डीनिया (d) झांझीबार

(२७) 'भूमध्याची चावी' (की ऑफ द मेडिटेरियन) हे कोणाला म्हणतात?
(a) बेल्जियम (b) जिब्राल्टर (c) नेदरलँडस (d) कॅलेस

(२८) कोणत्या स्थानाला 'कांगारूंची भूमी' (लँड ऑफ कंगारूज) म्हटले जाते?
(a) ऑस्ट्रेलिया (b) न्यूझीलंड
(c) पापुआ न्यूगिनी (d) टस्मानिया

(२९) कोणत्या देशाला 'मेपल भूमी' (लँड ऑफ मेपल) असे म्हटले जाते?
(a) यू. एस. ए. (b) आयर्लंड (c) कॅनडा (d) स्कॉटलंड

(३०) 'मध्यरात्रीच्या सूर्याची भूमी' (लँड ऑफ द मिडनाइट सन) असे कोणत्या भूमीला म्हणतात?
(a) स्वीडन (b) फिनलंड (c) नॉर्वे (d) एस्टोनिया

(३१) कोणत्या देशाला 'उगवत्या सूर्याचा देश' (लँड ऑफ द राइझिंग सन) असे म्हणतात?
(a) जपान (b) रशिया (c) कोरिया (d) फिलिपाईन्स

(३२) 'हजारो सरोवरांची भूमी' (लँड ऑफ थाऊजन्ड्स लेक्स) म्हणजे कोणती भूमी?
(a) बेल्जियम (b) फिनलंड (c) इटली (d) नेदरलँड्स

(३३) कोणत्या देशाला 'हिम स्त्री' (लेडी ऑफ स्नो) असे म्हणतात?
(a) रशिया (b) सायबेरिया (c) ग्रीनलंड (d) कॅनडा

(३४) 'विजेच्या गडगडाटाची भूमी' (लँड ऑफ थंडरबोल्ट) म्हणजे कोणती भूमी?
(a) नेपाळ (b) पाकिस्तान (c) भूतान (d) लाओस

(३५) कोणत्या देशाला 'पांढऱ्या हत्तींचा देश' (लँड ऑफ व्हाइट एलिफंट्स) असे म्हणतात?
(a) थायलंड (b) केनिया (c) युगांडा (d) इथियोपिया

(३६) कोणत्या शहराला 'गुलाबी शहर' (पिंक सिटी) म्हटले जाते?
   (a) कोलोन   (b) इस्तंबूल   (c) जयपूर   (d) ड्यूनेडिन

(३७) कोणत्या देशाला 'युरोपचे क्रीडांगण' (प्लेग्राउंड ऑफ युरोप) म्हणतात?
   (a) इंग्लंड   (b) स्वित्झर्लंड
   (c) नेदरलँड्स   (d) जर्मनी

(३८) कोणत्या शहराला 'एड्रियॅटिकची राणी' (क्वीन ऑफ एड्रियॅटिक) असे म्हणतात?
   (a) अॅथेन्स   (b) सॅन मरिनो (c) बोलोना   (d) व्हेनिस

(३९) या प्रदेशाला 'जगाचे छप्पर' (रूफ ऑफ द वर्ल्ड) असे म्हणतात.
   (a) हिमालय   (b) आल्प्स   (c) पामिर   (d) पेनाईन्स्

(४०) कोणत्या देशाला 'युरोपचा आजारी माणूस' (सिक मॅन ऑफ युरोप) असे म्हणतात?
   (a) युगोस्लाव्हिया   (b) सार्जेव्हो
   (c) बल्गेरिया   (d) तुर्की

(४१) 'चीनचे दु:ख' (सॉरो ऑफ चायना) कशाला म्हणतात?
   (a) यांगत्से कियांग नदी   (b) शांघाय
   (c) कोवालून   (d) हुवांग हो नदी

(४२) कोणत्या राज्याला 'भारताची मसाल्याची बाग' (स्पाइस गार्डन ऑफ इंडिया) असे म्हणतात?
   (a) केरळ   (b) कर्नाटक   (c) पंजाब   (d) महाराष्ट्र

(४३) कोणत्या द्वीपाला 'साखरेचा जागतिक वाडगा' (शुगर बाऊल ऑफ द वर्ल्ड) असे म्हणतात?
   (a) श्रीलंका   (b) सुमात्रा
   (c) क्यूबा   (d) मॅडागॅस्कर

(४४) कोणत्या स्थानाला 'पर्वतांचा सागर' (सी ऑफ माउंटन्स) असे म्हणतात?
   (a) ब्रिटिश कोलंबिया   (b) नेपाळ
   (c) तिबेट   (d) भूतान

(४५) कोणत्या द्वीपाला 'पश्चिमेतील मसाला द्वीप' (स्पाइस आयलंड ऑफ द वेस्ट) असे म्हणतात?
   (a) जमैका   (b) ग्रेनाडा   (c) बहामा   (d) क्यूबा

(४६) 'पूर्वेचे व्हेनिस' म्हणून नावाजलेल्या शहराचे नाव द्या.
   (a) हाँगकाँग   (b) आलापुझा
   (c) बँकॉक   (d) तायपेई

(४७) कोणत्या शहराला 'पांढरे शहर' (व्हाइट सिटी) म्हणतात?

(a) बेलग्रेड   (b) बुखारेस्ट

(c) बुडापेस्ट   (d) बर्न

(४८) कोणत्या प्रदेशाला 'जगाचे ब्रेड बास्केट' (ब्रेड बास्केट ऑफ द वर्ल्ड) म्हणतात?

(a) रशियाचे स्टेपीज   (b) उत्तर अमेरिकेचे पंपाज

(c) उत्तर अमेरिकेतील प्रेयरीज   (d) भारतातील गंगेचे खोरे

(४९) कोणत्या शहराला 'उत्तरेचे व्हेनिस' म्हणतात?

(a) मॉन्ट्रियल   (b) मरमान्स्क   (c) स्टॉकहोम   (d) मॉस्को

(५०) ''सोनेरी मेंढीच्या लोकरीचा देश'' (लँड ऑफ द गोल्डन फ्लीस) कोणता?

(a) मेक्सिको   (b) पेरू   (c) अर्जेंटिना   (d) ऑस्ट्रेलिया

◆◆◆

१७ भौगोलिक संज्ञा

(१) पृथ्वीला दोन अर्धगोलात विभागणाऱ्या काल्पनिक रेषेचे नाव काय?
(a) आंतरराष्ट्रीय दिनांक रेषा (इंटरनॅशनल डेट लाईन)
(b) पहिली याम्योत्तर माध्यान्हरेषा (फर्स्ट मेरिडियन)
(c) विषुववृत्त (इक्वेटर)
(d) रेखांश (लाँजिट्यूड)

(२) न्यूफाउंडलँडजवळ थंड लॅब्रेडॉर प्रवाहातून बाहेर पडणाऱ्या उष्ण महासागरी प्रवाहाला (वॉर्म ओशन करंट) काय म्हणतात?
(a) उत्तर अटलांटिक जलप्रवाह (नॉर्थ अॅटलांटिक ड्रिफ्ट)
(b) लॅब्रेडॉर प्रवाह (लॅब्रेडॉर करंट)
(c) आखात धारा (गल्फ स्ट्रीम)
(d) ग्रीनलंड प्रवाह (ग्रीनलंड करंट)

(३) अवरण प्रस्तराचे (रिगॉलिथ) भौगोलिक नाव काय?
(a) जमिनीवरील मातीचा वरचा थर (टॉपसाइल)
(b) चिकणमाती (लोम)
(c) वाळू (सँड)
(d) मळी/गाळ (सिल्ट)

(४) कोणती संज्ञा पृथ्वीचा आकार सूचित करते?
(a) भूआकृती (जिओइड)
(b) गोल (स्फियर)
(c) पसरट अंडगोल (ऑब्लेट स्फियरॉईड)
(d) अंडगोल (स्फियरॉईड)

(५) पृथ्वीला तिच्या अक्षाभोवती (ॲक्सिस) एकदा परिभ्रमण (रोटेट) करण्यास जो वेळ लागतो, त्यासाठी कोणती संज्ञा वापरली जाते?
(a) नाक्षत्र दिवस (सायडेरल डे)
(b) मध्यमान नाक्षत्र दिवस (मीन साइडरियल डे)
(c) सौर दिवस (सोलर डे)
(d) मध्यमान सौर दिवस (मीन सोलर डे)

(६) भूकंपाच्या अध्ययनाला काय म्हणतात?

(a) सेस्मॉलॉजी

(b) सेलेनॉलॉजी

(c) मीटिऑरलॉजी

(d) टेलियॉलॉजी

(७) 'उल्का' (शूटिंग स्टार) या शब्दाची भौगोलिक संज्ञा काय?

(a) उल्का (मिटीऑर) (b) उल्काश्म (मीटिओराईट)

(c) धूमकेतू (कॉमेट) (d) लघुउपग्रह (अ‍ॅस्टेरॉईट)

(८) दोन मोठ्या आकारांच्या जमिनीला जोडणाऱ्या अत्यंत अरुंद जमिनीच्या पट्ट्याला काय म्हणतात?

(a) संयोगभूमी (इस्थुमस) (b) आखात (बे)

(c) द्वीपकल्प (पेनिंनसूला) (d) सामुद्रधुनी (स्ट्रेट)

(९) संपात (इक्विनॉक्स) या भौगोलिक संज्ञेचा अर्थ आहे -

(a) वर्षातील सर्वात लांब दिवस (b) वर्षातील सर्वात थंड रात्र

(c) वर्षातील सर्वात थंड दिवस

(d) वर्षातील ते दोन अवधी, जेव्हा दिवस आणि रात्र समान असतात.

(१०) हिमनदीमुळे (ग्लेशियर) विस्तारित आणि खोल झालेल्या आणि हाताच्या खुर्चीचा आकार असलेल्या पोकळीला (हॉलो) काय म्हणतात?

(a) त्रिभुज प्रदेश (डेल्टा) (b) गिरिपाद (पिएडमाँट)

(c) हिमजगुफा (सर्क्व) (d) हिमनग (आइस बर्ग)

(११) हिमनदीच्या शेवटी (टर्मिनस) ढीग होऊन जमलेल्या शैल द्रव्याला (रॉक मटेरियलला) काय म्हणतात?

(a) पार्श्विक हिमोढ (लॅटरल मोरेन) (b) गिरिपाद (पिएडमाँट)

(c) अग्रांतस्थ हिमोढ (टर्मिनल मोरेन) (d) हिमजगुफा (सर्क्व)

(१२) शिलारसाच्या (मॅग्मा) घनीकरणामुळे (सॉलिडिफिकेशन) तयार होणाऱ्या खडकांचे नाव द्या.

(a) अग्निजन्य खडक (इग्नीयस रॉक्स)

(b) रूपांतरित खडक (मेटामॉर्फिक रॉक्स)

(c) जलजन्य खडक (सेडिमेंटरी रॉक्स)

(d) ग्रॅफाइट

(१३) पर्वतांशी संबंधित असलेल्या पर्जन्यवृष्टीला (रेनफॉल) काय म्हणतात?

(a) आरोह पर्जन्य (केन्व्हेंशनल रेनफॉल)

(b) प्रतिरोध पर्जन्य (ऑरोग्राफिक रेनफॉल)

(c) आवर्त पर्जन्य (सायक्लोनिक रेनफॉल)
(d) अवपतनी वृष्टी (प्रेसिपेटरी रेनफॉल)

(१४) क्षितिजाच्या एका बाजूपासून दुसऱ्या बाजूपर्यंत पसरलेले जे ढग, घनदाट-करड्या रंगाच्या चादरीसारखे (डार्क ग्रे शीट) आणि एकसमान तळ असलेले (युनिफॉर्म बेस) असतात, त्या ढगांना काय म्हणतात?
(a) वर्षी मेघ (निंबस क्लाउड्स) (b) स्तरी मेघ (स्ट्रॅट्स क्लाउड्स)
(c) रूक्ष्या मेघ (क्युम्युलस क्लाउड्स)
(d) पक्षाभ मेघ (सिरस क्लाउड्स)

(१५) नदीच्या गाळाच्या निक्षेपणामुळे (डिपॉझिशन ऑफ रिव्हर सेडिमेंट्स) तयार झालेल्या मातीची संज्ञा कोणती?
(a) जलोढीय (अॅल्युव्हियल) (b) रेगुर
(c) भुरकट माती (ब्राऊन) (d) मुराडमान जमीन (लॅटेराईट)

(१६) तिन्ही बाजूंनी पाण्याने वेढलेल्या भूविस्ताराला काय म्हणतात?
(a) सामुद्रधुनी (स्टेट) (b) त्रिभुज प्रदेश (डेल्टा)
(c) द्वीपकल्प (पेनिन्सूला) (d) द्वीप (आयलंड)

(१७) 'संपात' (इक्विनॉक्स) या शब्दाचा अर्थ काय?
(a) अधिवर्षामध्ये (लीप ईयर) जी आश्चर्यजनक घटना घडते.
(b) ज्या दिवशी सूर्य कर्कवृत्तावर (टॉपिक ऑफ कॅन्सर) उभा चमकतो, तो दिवस.
(c) ज्या दिवशी सूर्य मकरवृत्तावर (टॉपिक ऑफ केप्रिकॉन) उभा चमकतो, तो दिवस.
(d) ज्या दिवशी दिवस आणि रात्र समान असतात, तो दिवस.

(१८) जो भूस्तर (स्ट्रॅटा ऑफ लँड) सर्व बाजूंनी पाण्याने वेढलेला असतो, त्याला काय म्हणतात?
(a) सामुद्रधुनी (स्ट्रेट) (b) महाद्वीप/खंड (कॉंटिनंट)
(c) द्वीप (आयर्लंड) (d) द्वीपकल्प (पेनिन्सूला)

(१९) हिमरेषेला ओलांडल्यानंतर बर्फाचा आणि हिमाचा जो प्रचंड गोळा, पर्वतांच्या उतारांवरून वाहून, दऱ्यांमध्ये पोहोचल्यावर वितळतो, त्याला काय म्हणतात?
(a) हिमधावज (अॅव्हालँच) (b) हिमनग (आइस बर्ग)
(c) हिमनदी (ग्लेशियर) (d) अपक्षय (इरोजन)

(२०) हवा थंड असताना जी आश्चर्यजनक घटना घडते, तिला काय म्हणतात?
(a) ओलावा (ह्युमिडिटी) (b) पर्जन्यवृष्टी (रेनफॉल)
(c) द्रवीभवन (कंडेन्सेशन) (d) प्रचंड चक्रीवादळ (टायफून)

(२१) आर्द्रता या शब्दाचा अर्थ काय?

(a) पाण्याचा खारटपणा

(b) सुप्त उष्णता

(c) वातावरणातील पाण्याची वाफ

(d) वातावरणातील आर्द्रताशोषीदर्शक मध्यवर्ती भाग

(२२) समुद्रसपाटीच्या वरती असलेल्या, एकाच उंचीच्या ठिकाणांमधून जी रेषा जाते, तिचे नाव काय?

(a) समोच्च रेषा (काँटूर) (b) समपर्जन्य रेषा (आयसोहाइट)

(c) समांतर (पॅरालल) (d) समभाररेषा (आयसोबार)

(२३) मासिक किंवा वार्षिक पाऊस समप्रमाणात असलेल्या स्थानांना, नकाशामध्ये जी रेषा जोडते, तिचे नाव काय?

(a) सममेघ रेषा (आयसोनेफ) (b) समभाररेषा (आयसोबार)

(c) समताप रेषा (आयसोथर्म)

(d) समपर्जन्य रेषा (आयसोहाइट)

(२४) ३०° आणि ७०° अक्षांशांमध्ये (लॅटिट्यूड्स) वाहणाऱ्या प्रमुख वाऱ्यांचे नाव काय?

(a) व्यापारी वारे (ट्रेड विंड्स)

(b) गरजणारे चाळीस (रोअरिंग फॉर्टीज)

(c) पश्चिमी वारे (वेस्टरलीज)

(d) मान्सून वारे

(२५) तो तारा कोणता, जो अचानक त्याच्या मूळ चकाकीहून अनेक पटींनी अधिक चमकून उठतो आणि नंतर पुसट होऊन दिसेनासा होतो?

(a) लाल महाकाय (रेड जायंट) (b) नवतारा (नोव्हा)

(c) पल्सार (d) क्वार्क

(२६) पृथ्वीच्या वातावरणाच्या सर्वात बाहेरच्या भागाला काय म्हणतात?

(a) एक्झोस्फियर (बाह्यावरण) (b) स्ट्रॅटोस्फियर (स्थितांबर)

(c) हायड्रोस्फियर (जलकारण क्षेत्र) (d) लिथोस्फियर (मृदावरण)

(२७) कमानी, ढग, पट्टे, लुकलुकणे, अशाप्रकारे केवळ रात्रीच दिसणाऱ्या आकाशातील नैसर्गिक देखाव्याला काय म्हणतात?

(a) तारा (b) चंद्र (c) अरोरा (d) धूमकेतू

(२८) हिमाच्छादित जमिनीच्या मोठ्या विस्तारांना काय म्हणतात? इथे शेवाळे (मॉस) आणि दगडफूल (लिचेन) याव्यतिरिक्त इतर कोणतीही वनस्पती/झाडेझुडपे नसतात.

(a) हिमस्थान (आइसलँड)

(b) टुंड्रा

(c) तरंगणारा बर्फाचा तुकडा (फ्लो)

(d) हिमनदी (ग्लेशियर)

(२९) प्रशांत महासागरात (पॅसिफिक) उगम पावणाऱ्या वादळांना काय म्हणतात?

(a) प्रभंजन (हरिकेन)   (b) प्रचंड चक्रीवादळ (टायफून)

(c) सोसाट्याचा वारा (गेल)   (d) चक्रीय वारे (टोर्नेडो)

(३०) विषुववृत्ताच्या (इक्वेटर) सभोवारील लघुभार पट्ट्याला (लो प्रेशर बेल्ट) काय म्हणतात?

(a) शांतपड (डोलड्रम)

(b) पँपाज

(c) पश्चिमेकडील वारा (झायफर)

(d) गरजणारे चाळीस (रोअरिंग फॉर्टीज)

१८ संकीर्ण

(१) दूर अंतरावरून मेंढ्याची व गुरांची वाहतूक करण्यासाठी 'रोड ट्रेन' प्रामुख्याने कोणत्या देशात वापरतात?
(a) अमेरिका (b) ऑस्ट्रेलिया (c) चीन (d) ब्राझिल

(२) जगातील सर्वात विस्तीर्ण अशी प्रवाळ खडकांची रांग कोणत्या देशाच्या ईशान्य किनाऱ्याजवळ आहे?
(a) ऑस्ट्रेलिया (b) अमेरिका (c) पेरू (d) चीन

(३) शनीचा कोणता चंद्र काही अंशी अगदी घनदाट (डार्क) आणि काही अंशी अगदी चमकणारा (ब्राइट) असतो?
(a) आयापेटस (b) हायपेरियन (c) फोएब (d) डायोन

(४) सर्वात लहान तारकापुंज कोणता?
(a) क्रक्स ऑस्ट्रलिस (b) सेफेयस
(c) एपस (d) डायोन

(५) पृथ्वीवरील सजीव पदार्थांचा स्तर (लेयर ऑफ लिव्हिंग मॅटर) जीवभूगोलाच्या (बायोजॉग्राफी) किती प्रांतांमध्ये विभागला गेला आहे?
(a) नऊ (b) आठ (c) सात (d) सहा

(६) गंगा आणि यमुना या नद्यांच्या संगमावर कोणते शहर वसले आहे?
(a) द्वारका (b) लखनौ
(c) कानपूर (d) अलाहाबाद

(७) निरभ्र आकाश असलेल्या रात्रींपेक्षा, ढगाळ रात्रींच्या वेळी जास्त उकाडा का असतो?
(a) हवा वातावरणीय दाब (ॲटमॉस्फियरिक प्रेशर) वाढविते, त्यामुळे उष्मा वाढतो.
(b) ढग घनभारित (चार्जड्) असतात आणि वातावरण उष्ण ठेवण्यासाठी हा घनभार ढगांकडून वातावरणात प्रक्षेपित (ट्रान्समिटेड) केला जातो.
(c) पृथ्वीतून होणारे उष्णतेचे सौर विकिरण (हीट रेडियेशन्स) वातावरणात निसटून जाण्यापासून ढग रोखतात.
(d) वरीलपैकी कोणतेही नाही.

(८) आशियात सर्वात मोठी दूर्बीण (टेलिस्कोप) कुठे आहे?
(a) जव्वाडू हिल्स (b) उटी (c) येरकॉड (d) मॉस्को

(९) पुढीलपैकी काल्पनिक भौगोलिक रेषांमधली कोणती रेषा सर्वात अधिक दक्षिणेस आहे?
(a) कर्कवृत्त (ट्रॉपिक ऑफ कॅन्सर) (b) मकरवृत्त (ट्रॉपिक ऑफ केप्रिकॉन)
(c) विषुववृत्त (इक्वेटर) (d) आर्क्टिक वृत्त

(१०) जगातील सर्वात रुंद नदी कोणती?
(a) नाईल (b) ॲमेझॉन (c) थेम्स (d) मिसिसिपी

(११) अयोध्या कोणत्या नदीवर वसले आहे?
(a) यमुना (b) शरयू (c) गंगा (d) ब्रह्मपुत्रा

(१२) मालदीव प्रजातंत्र कोणत्या जलाशयात आहे?
(a) अरबी समुद्र (b) बंगालची खाडी
(c) हिंदी महासागर (d) अटलांटिक महासागर

(१३) कोणत्या समुद्राला भरती-ओहोटी जवळ जवळ नाहीतच (टाइडलेस)?
(a) अरबी (b) भूमध्य मेडिटेरियन
(c) बाल्टिक (d) दक्षिण चिनी समुद्र (साउथ चायना सी)

(१४) पृथ्वीवरील सर्वात उंच पर्वत कोणता?
(a) माउंट एव्हरेस्ट (b) आल्पस्
(c) मौना लोआ (d) माऊंट के २

(१५) 'टुगेला फॉल्स' हा धबधबा कुठे आहे?
(a) दक्षिण आफ्रिका (b) फ्रान्स (c) स्वित्झर्लंड (d) झिम्बाब्वे

(१६) कोणता देश तांब्याचा (कॉपर) सर्वाधिक उत्पादक आहे?
(a) ऑस्ट्रेलिया (b) मलेशिया
(c) दक्षिण आफ्रिका (d) चिली

(१७) अरुणाचल प्रदेशाची राजधानी कोणती?
(a) गंगटोक (b) ऐझावल (c) इटानगर (d) पोर्ट ब्लेयर

(१८) भारतातील कोणत्या राज्याची लोकसंख्या सर्वात कमी आहे?
(a) सिक्किम (b) गोवा (c) मेघालय (d) मिझोरम

(१९) फिजीची राजधानी कोणती?
(a) टिमोर (b) सुवा (c) सुम्बा (d) मॅडांग

(२०) 'सिरॉक्को' हा उष्ण वारा, कोठे उगम पावतो?
(a) हिंदी महासागर (b) अरबी समुद्र
(c) सहारा वाळवंट (d) गॅलापॅगॉस द्वीप

(२१) मुघल सम्राट जहांगीरची कबर कुठे आहे?

(a) दिल्ली (b) आग्रा

(c) फत्तेपूर सिक्री (d) पंजाब

(२२) जगातील सर्वात थंड ठिकाण कोणते?

(a) उत्तर ध्रुवीय (आर्क्टिक) (b) दक्षिण ध्रुवीय (अंटार्क्टिक)

(c) अलास्का (d) पूर्व सायबेरिया

(२३) पुढीलपैकी कोणता ज्वालामुखीय पर्वत नाही?

(a) माउंट ईरेलस (b) माउंट व्हेसुव्हियस

(c) माउंट किलिमांजारो (d) माउंट ओलिव्हज्

(२४) ईजिप्तची राजधानी कोणती?

(a) कैरो (b) काबूल

(c) खारतुम (d) आडिस अबाब

(२५) भारतातील कोणत्या शहरात 'चारमिनार' आहे?

(a) चेन्नई (b) बंगलोर (c) हैदराबाद (d) दिल्ली

(२६) आफ्रिकन राजधानी 'हरारे' पूर्वी कोणत्या नावाने ओळखली जात होती?

(a) सॅलिसबरी (b) बटाव्हिया

(c) लियोपोल्डव्हील (d) फॉरमोसा

(२७) ब्राझिलच्या निर्यातीत सर्वात महत्त्वाचे काय आहे?

(a) साखर (b) कॉफी (c) फळे (d) तांदूळ

(२८) जगातील पाचवी सर्वात उंच इमारत 'एम्पायर स्टेट बिल्डिंग' कुठे आहे?

(a) न्यूयॉर्क (b) शिकागो

(c) लॉस एंजलिस (d) टोरांटो

(२९) पश्चिम न्यूगिनीला आता काय म्हणतात?

(a) आयरियन जया (b) (इक्वेटोरियल गिनी)

(c) बिसाऊ (d) घाना

(३०) आल्प्स ही पर्वतरांग कोणत्या देशांत पसरली आहे?

(a) फ्रान्स, स्वित्झर्लंड, इटली, स्लोव्हाकिया, ऑस्ट्रिया

(b) स्वित्झर्लंड, ऑस्ट्रिया, हंगेरी, स्लोव्हाकिया, इटली

(c) स्वित्झर्लंड, ऑस्ट्रिया, इटली, पोलंड, क्रोएशिया

(d) स्वित्झर्लंड, ऑस्ट्रिया, फ्रान्स, नेदरलँड्स, बेल्जियम

(३१) 'डेथ व्हॅली' म्हणजेच मृत्यूची दरी कुठे आहे?

(a) केनिया (b) कॅलिफोर्निया

(c) सीरिया (d) फ्रान्स

(३२) ‘फ्रेश किल्स’ नामक जगातील सर्वात मोठी जमीन-भरणी (लँडफिल) केलेली जागा कुठे आहे?
(a) एक्स आँ प्रोव्हाँस (फ्रान्स)
(b) स्टॅटन आयलंड (यू. एस. ए.)
(c) डेल्फी (ग्रीस)
(d) क्वोटो (जपान)

(३३) जगातील सर्वात उंच पर्वत असलेल्या माउंट एव्हरेस्टची उंची किती आहे?
(a) समुद्रसपाटीवर ७,५७१ मीटर्स
(b) समुद्रसपाटीवर ८,८४८ मीटर्स
(c) समुद्रसपाटीवर ९,२३६ मीटर्स
(d) समुद्रसपाटीवर १०,२१३ मीटर्स

(३४) ‘चंबळ’ ही ..... नदीची सहाय्यक नदी (ट्रिब्युटरी) आहे.
(a) गंगा (b) यमुना
(c) सरस्वती (d) नर्मदा

(३५) कोणत्या शहराला ‘भव्य अंतराचे शहर’ (सिटी ऑफ मॅग्निफिसंट डिस्टन्स) असे म्हणतात?
(a) वॉशिंग्टन (b) टोकियो (c) लंडन (d) बँकॉक

(३६) म्यानमारचे जुने नाव काय?
(a) ब्रह्मदेश (b) नेपाळ (c) बांगलादेश (d) श्रीलंका

(३७) ‘स्टोनहेंज’ तुम्हाला कोणत्या देशात सापडेल?
(a) स्वित्झर्लंड (b) ब्रिटन (c) हॉलंड (d) स्वीडन

(३८) ‘सिंध’ कोणत्या देशातील प्रांत आहे?
(a) भारत (b) पाकिस्तान
(c) अफगाणिस्तान (d) इराण

(३९) कोणत्या देशाच्या झेंड्यावर ‘मेपल’ पान (मेपल लीफ) आहे?
(a) ब्राझिल (b) कॅनडा (c) पेरू (d) मेक्सिको

(४०) फाळणीनंतर लगेच पाकिस्तानची राजधानी कोणती होती?
(a) इस्लामाबाद (b) लाहोर (c) कराची (d) पेशावर

(४१) ‘येरकॉड’ हे थंड हवेचे ठिकाण कोणत्या टेकडीवर आहे?
(a) येलगिरी टेकड्या (b) शेवरॉय टेकड्या
(c) निलगिरी टेकड्या (d) काराकोरम पर्वतमाला

(४२) भारतातील सर्वात लांब समुद्रकिनारा कोणता?
(a) मरीना (b) कोवलम् (c) जुहू (d) दिघा

(४३) भारतातील कोणत्या नदीवर सर्वात लांब कोळवा धरण आहे?
(a) महानदी (b) कावेरी
(c) नर्मदा (d) ब्रह्मपुत्रा

(४४) क्रेमलिन कुठे आहे?
(a) मॉस्को (b) सेंट पिटर्सबर्ग
(c) बगदाद (d) युक्रेन

(४५) दक्षिण ऱ्होडेशियाला आता कोणत्या नावाने ओळखतात?
(a) बोटस्वाना (b) नांबिया (c) युगांडा (d) झिंबाब्वे

(४६) 'डेथ व्हॅलीच्या' वाळवंटी पृष्ठभागावर (डेझर्ट फ्लोअर) कशाचे भूपापुद्रे सापडतात?
(a) जिप्सम (b) कोळसा (c) क्षार (d) साखर

(४७) आफ्रिकेतील कोणता देश वाइनच्या उत्पादनात अग्रेसर आहे?
(a) मोरॉक्को (b) केनिया (c) बोटस्वाना (d) दक्षिण आफ्रिका

(४८) कोलंबिया हिमक्षेत्रे (आइस फील्ड्स) कुठे आहेत?
(a) न्यूझीलंड, दक्षिणीय आल्पस् (b) बिटिश कोलंबिया, रॉकी माउंटन्स
(c) स्वित्झर्लंड, आल्पस् (d) ॲलबर्टा, रॉकी मउंटन्स

(४९) कोणत्या देशात 'सिलिकॉन व्हॅली' नावाचा प्रदेश आहे?
(a) यू. एस. ए. (b) यु. के. (c) चीन (d) स्वित्झर्लंड

(५०) कोणत्या भारतीय राज्याला 'देवभूमी' (गॉडस ओन कंट्री) असे म्हणतात?
(a) कर्नाटक (b) तमिळनाडू (c) आंध्रप्रदेश (d) केरळ

(५१) भारतातील सर्वात जास्त पश्चिमेस (सदर्नमोस्ट) असलेले शहर कोणते?
(a) पोरबंदर (b) द्वारका (c) दमण (d) दीव

(५२) कोणत्या शहराला 'अरबी समुद्राची राणी' असे म्हणतात?
(a) पणजी (b) मंगळुरू (c) कोलम (d) कोची

(५३) चीनचा प्रदेश बनण्यापूर्वी हाँगकाँगचे चलन काय होते?
(a) डॉलर (b) लिरा (c) पाउंड (d) येन

(५४) थायलंडची राजधानी कोणती?
(a) हनॉई (b) बँकॉक (c) टॉंग-किंग (d) पेयाँग

(५५) बोलिव्हिया कोणत्या महाद्वीपात आहे?
(a) उत्तर अमेरिका (b) दक्षिण अमेरिका
(c) आफ्रिका (d) युरोप

(५६) कोणती नदी हंगेरीच्या राजधानीला 'बुडा' आणि 'पेस्ट' अशी विभागते?
(a) टायग्रिस (b) डॅन्युब (c) व्होल्गा (d) विस्ट्युला

(५७) जामा मशीद कुठे आहे?
(a) लाहोर (b) दिल्ली (c) हैदराबाद (d) लखनौ

(५८) ॲक्रोपोलिस कुठे आहे?
(a) बर्लिन (b) अथेन्स (c) मॉस्को (d) रोम

(५९) एरिनचे आधुनिक नाव कोणते?
(a) ऑस्ट्रेलिया (b) ऑस्ट्रिया (c) नॉर्वे (d) आयर्लंड

(६०) क्वीन्सलंड हे राज्य कुठे आहे?
(a) न्यूझीलंड (b) ऑस्ट्रेलिया (c) कॅनडा (d) इंग्लंड

(६१) कोणत्या देशात सर्वात मोठ्या संख्येने मुस्लीम समाज आहे?
(a) इराण (b) इंडोनेशिया
(c) सौदी अरेबिया (d) मलेशिया

(६२) 'माउंट रशमोअर' इथे पुढीलपैकी कोणत्या अमेरिकन अध्यक्षाचा चेहरा कोरलेला नाही?
(a) जॉर्ज वॉशिंग्टन (b) थॉमस जेफरसन
(c) फ्रँकलिन रुझवेल्ट (d) थिओडोर रुझवेल्ट

(६३) वातावरणातील सर्वात खालचा स्तर कोणता?
(a) स्थितांबर (स्ट्रेटोस्फियर) (b) एक्झोस्फियर
(c) तपांबर (ट्रॉपोस्फियर) (d) मृदावरण (लिथोस्फियर)

(६४) कोणत्या देशात सर्वात मोठी प्रणामी भिंगाची दुर्बीण (रिफ्रॅक्टिंग टेलेस्कोप) आहे?
(a) रशिया (b) यू. एस. ए. (c) यु. के. (d) कॅनडा

(६५) जपानचे चलन कोणते?
(a) पेसो (b) येन (c) युआन (d) वॉन

(६६) मक्केतील मध्यवर्ती मशिदीतल्या काळ्या दगडाच्या पवित्र स्थानाला काय म्हणतात?
(a) कल्मिया (b) करबला (c) काबा (d) कापा

(६७) कोणत्या देशात अतंर्गत हवाई प्रवास करणाऱ्या लोकांची संख्या जास्त आहे?
(a) चीन (b) फ्रान्स (c) अमेरिका (d) ऑस्ट्रेलिया

(६८) प्राचीन काळात कोणत्या देशाला 'ॲबिसिनिया' म्हटले जात होते?
(a) ईजिप्त (b) इथिओपिया (c) केनिया (d) सुदान

(६९) तास्मानियाचे द्वीप कोणत्या देशाचा भाग आहे?
(a) न्यूझीलंड (b) ऑस्ट्रेलिया (c) यु. के. (d) फ्रान्स

(७०) महात्मा गांधी सेतू हा भारतातील सर्वात लांब पूल, कोणत्या नदीवर आहे?
(a) दामोदर (b) गंगा (c) गंडक (d) महानदी

(७१) भारतातील सर्वात अधिक लोकसंख्या असलेले शहर कोणते?
(a) दिल्ली (b) कोलकता (c) चेन्नई (d) मुंबई

(७२) फाल्कन आयलंड्स हे द्वीप कुठे आहेत?
(a) प्रशांत (पॅसिफिक) महासागर
(b) अॅटलांटिक महासागर
(c) दक्षिण ध्रुवीय (अंटार्क्टिक) महासागर
(d) हिंद (इंडियन) महासागर

(७३) भारतीय भूविज्ञान सर्वेक्षण (जिऑलॉजिकल सर्व्हे ऑफ इंडिया) या संस्थेचे मुख्यालय कुठे आहे?
(a) नवी दिल्ली (b) कोलकाता (c) मुंबई (d) चेन्नई

(७४) तारकापुंज (कॉन्स्टेलेशन्स) म्हणजे काय?
(a) स्थिर ताऱ्यांचे गट
(b) प्रकाशमान खगोलीय पिंड, जे सूर्याभोवती फिरत असतात.
(c) विश्वातील काल्पनिक रेषांमधून आखलेल्या रेषा, ज्या ग्रहांना जोडतात.
(d) यांपैकी कोणतेही नाही.

(७५) सुएझ कालवा कुठे आहे?
(a) इस्राएल (b) पनामा (c) इजिप्त (d) टर्की

(७६) अॅटिका कुठे आहे?
(a) टर्की (b) ग्रीस (c) सिसिली (d) कॉर्सिका

(७७) पनामाच्या राजधानीचे नाव काय?
(a) हवाना (b) पनामा शहर (c) मोरेलिया (d) प्रैया

(७८) कोणता देश जगातील ७५% 'मेपल सिरप' (मेपलचा गोड पाक) पुरवितो?
(a) यू. एस. ए. (b) ऑस्ट्रेलिया
(c) कॅनडा (d) बेल्जियम

(७९) इ. स. ७९ मध्ये कोणत्या ज्वालामुखी पर्वताच्या उसळण्याने पॉम्पाई शहर जमिनीखाली गाडले गेले?
(a) माउंट व्हेसुव्हियस (b) माउंट ग्रॅन पॅराडिसो
(c) माउंट सेरिव्हिनो (d) माउंट लेपिनी

(८०) सर्वात मोठा समुद्र किनारा कोणत्या देशाला लाभला आहे?
(a) अमेरिका (b) रशिया
(c) कॅनडा (d) इंडोनेशिया

(८१) कोणत्या कारणामुळे, वारे आणि समुद्रप्रवाह (विंड्स अँड ओशन करंट्स) एका मार्गाला अनुसरून, उत्तरीय अर्धगोलार्धाच्या (नॉर्दन हेमिस्फियर) उजवीकडे आणि दक्षिणीय अर्धगोलार्धाच्या (सदर्न हेमिस्फियर) डावीकडे दिशा बदलतात?

(a) कॉरिओलिस प्रभाव (b) सौर भरती (सोलर टाइड)
(c) एकमॅन ट्रान्स्पोर्ट (d) सागरी भू कटिबंध (सी झोनेशन)

(८२) ग्रीनलँडची राजधानी कोणती?

(a) डब्लिन (b) रेक्यजॅव्हिक (c) नूक (d) अँटार्नॅनारिव्हो

(८३) कोणत्या भारतीय राज्याला 'भार्गवक्षेत्र' असेही म्हणतात?

(a) कर्नाटक (b) केरळ (c) गुजरात (d) ओरिसा

(८४) यापैकी कोणते शहर दिल्लीच्या पूर्वेस आहे?

(a) आग्रा (b) अमृतसर (c) बिकानेर (d) मुरादाबाद

(८५) ब्रह्मपुत्रा आणि सतलज नद्या, उच्च हिमालयातील कोणत्या उगमस्थानाजवळ उगम पावतात?

(a) गंगोत्री (b) सियाचेन (c) मानसरोवर (d) यमनोत्री

(८६) बुएनॉस आयर्स ही कोणत्या देशाची राजधानी आहे?

(a) अर्जेंटिना (b) पेरू (c) ब्राझिल (d) युकॅडोर

(८७) इंडोनेशियात वापरात असलेले चलन कोणते?

(a) रुपया (b) रुपय्या (c) रिंग्गीट (d) पेसो

(८८) कोणत्या देशाला 'आफ्रिकेचा मोती' (पर्ल ऑफ आफ्रिका) असे म्हणतात?

(a) टांझानिया (b) नायजेरिया (c) युगांडा (d) घामा

(८९) मध्यप्रदेशातील जबलपूर कशासाठी प्रसिद्ध आहे?

(a) स्मारके (b) मंदिरे
(c) संग्रहालय (d) संगमरवरी दगड

(९०) कोणत्या देशात नायगारा फॉल्स हा धबधबा आहे?

(a) युगांडा - केनिया (b) यू. एस. ए. - कॅनडा
(c) झांबिया - झिंबाब्वे (d) बोस्टवाना - झांबिया

(९१) अफगाणिस्तानची राजधानी कोणती?

(a) इस्तंबूल (b) काबूल (c) कराची (d) बैरुट

(९२) डिस्नेलँड कुठे आहे?

(a) ऑरलॅन्डो (b) ॲनाहेम (c) सॅक्रामेंटो (d) डलास

(९३) 'डच गिनी' हे कोणत्या देशाचे जुने नाव आहे?

(a) गियाना (b) फ्रेंच गयाना (c) सुरीनाम (d) व्हेनेझुएला

(९४) कोणता प्रदेश, सर्वाधिक वार्षिक पर्जन्यवृष्टी (अॅन्युअल रेनफॉल) अनुभवतो?
(a) नायजेरिया (b) ब्राझिल
(c) हवाई (d) केमन आयलंड्स

(९५) मृत समुद्र, इतर कोणत्याही महासागराच्या पाण्याहून किती अधिक पटीने खारट आहे?
(a) दुप्पट (b) सहापट (c) नऊपट (d) ७१५ पट

(९६) कर्नाटक राज्याला यापूर्वी कोणते नाव होते?
(a) श्रीरंगपटण्णम् (b) कर्नाटक
(c) म्हैसूर (d) कॅनरा

(९७) कोणत्या देशातील चलनाला त्या देशाचेच नाव आहे?
(a) चिली (b) इझरायेल (c) झायेर (d) आयर्लंड

(९८) 'कोक्वीनन फॉल्स' हा धबधबा कुठे आहे?
(a) स्वित्झर्लंड (b) झांबिया (c) व्हेनेझुएला (d) पेरू

(९९) समुद्र व महासागरांच्या लाटांवरील पृष्ठभागावर तयार होणाऱ्या पांढऱ्या फेसाला अनेकदा ..... असे म्हणतात.
(a) शुभ्र लाटा (व्हाइट व्हेव्ज)
(b) फेसाळ तवंग (फोमिंग सडस)
(c) वळणदार उंचावणाऱ्या (वेव्ही रायझर्स)
(d) सफेद घोडे (व्हाइट हॉर्सेस)

(१००) कोणती नदी, जगातील सर्वांत लांब नद्यांपैकी एक असून ती अॅटलास पर्वतातून वाहते आणि नोव्होसिबर्क्स इथे ट्रान्स सायबेरियन रेल्वे तिला ओलांडते?
(a) आमूर (b) येनिसी (c) ओब (d) लेना

(१०१) आकाशातील सर्वाधिक चमकणारी अभिक्रा (नेब्युला) कोणती?
(a) मृगशीष (ओरायन) (b) वलय (रिंग)
(c) मॅगलानिक मेघ (d) एम - ४२

(१०२) समाराची भव्य मशीद कुठे आहे?
(a) सिरिया (b) इराक (c) इजिप्त (d) इराण

(१०३) कोणत्या देशाला पूर्वी 'डेसिया' असे नाव होते?
(a) पोलंड (b) ऑस्ट्रिया
(c) रोमानिया (d) स्वित्झर्लंड

(१०४) मॉनेकोमधील कोणते शहर त्याच्या जुगारी अड्ड्यांसाठी (गॅम्बलिंग कॅसिनोज) प्रसिद्ध आहे?

(a) माँटे कार्लो (b) मार्सेई
(c) ल काँडामाईन (d) लियाॅ

(१०५) मायन संस्कृतीची ओळख करून घेण्यासाठी आणि हस्तकलेचे उत्कृष्ट चांदीचे दागिने विकत घेण्यासाठी तुम्ही कोणत्या देशाला भेट द्याल?
(a) स्पेन (b) ग्रीस (c) इजिप्त (d) मेक्सिको

(१०६) कोणत्या महाद्वीपावर सर्वांत जास्त वाळवंटे आहेत?
(a) आशिया (b) आफ्रिका
(c) दक्षिण अमेरिका (d) उत्तर अमेरिका

(१०७) 'पाँग डॅम' हे धरण कोणत्या नदीवर आहे?
(a) सतलज (b) ब्रह्मपुत्रा (c) गंगा d) बियास

(१०८) कोणता लघु उपग्रह (अ‍ॅस्टेरॉईड) पृथ्वीच्या सर्वात जवळ येतो?
(a) कोरेस (b) पेलेस (c) ईरॉस (d) हेबे

(१०९) कोणती नदी उत्तर पूर्व चीन व उत्तर कोरियाची सीमा बनते आणि पिवळ्या समुद्रात (यलो सी) येऊन मिळते?
(a) यालू (b) अमूर (c) लियो हो (d) हुआंग हो

(११०) कोणती सामुद्रधुनी (स्ट्रेट) रशियाला अलास्कापासून अलग करते?
(a) हडसन स्ट्रेट (b) मॅकक्लेयर स्ट्रेट
(c) बेरिंग स्ट्रेट (d) नेव्ह्ज स्ट्रेट

(१११) भव्य कॅमारँग धबधबे कुठे आहेत?
(a) गयाना (b) झांबिया (c) झिंबाब्वे (d) झायेर

(११२) इस्त्राइलची निर्मिती कोणत्या देशातून झाली?
(a) इजिप्त (b) पॅलेस्टाईन (c) जॉर्डन (d) सिरिया

(११३) घन बर्फातून (सॉलिड आइस) कोरलेले पियानो, स्टोव्ह, टेबले इत्यादींचा एक बर्फाचे सभागृह (हॉल ऑफ आईस) स्वित्झर्लंडमध्ये कोणत्या डोंगरावर आहे?
(a) मॉ ब्लां (b) युंगफ्राऊ
(c) मॅटरहॉर्न (d) ऑस्टिन

(११४) भूकंपाच्या अधिकेंद्राजवळ (एपिसेंटर ऑफ अर्थक्वेक), समुद्राचा तळ (सी फ्लोअर) उंचावतो आणि खाली पडतो आणि त्यावरील सर्व जड वस्तूंना (मॅटर) वर आणि खाली ढकलतो. या हालचालींमुळे एक समुद्रलाट तयार होऊन ती सर्व दिशांना पसरते. या हालचालींला (मोशन) काय म्हणतात?
(a) समुद्र प्रवाह (करंट) (b) प्रति समुद्र प्रवाह (काउंटर करंट)
(c) त्सुनामी (d) प्रभंजन-हरिकेन

(११५) ख्रिस्ती धर्माचे सर्वात महत्त्वपूर्ण चर्च सेंट पीटर्स बॅसिलिया कुठे आहे?
(a) व्हॅटिकन सिटी (b) लंडन (c) बर्लिन (d) रोम

(११६) २० मे १२०२ रोजी जगातील आतापर्यंतचा सर्वात विध्वंसक भूकंप कोठे झाला?
(a) इजिप्त (b) इंडोनेशिया (c) जपान (d) इराण

(११७) कोणत्या देशाला पूर्वी पोर्तुगीज पश्चिम आफ्रिका असे म्हणत असत?
(a) टांझानिया (b) नामिबिया (c) अंगोला (d) केनिया

(११८) 'ब्लॅक फॉरेस्ट' नावाचे जंगल कुठे आहे?
(a) बेल्जियम (b) फ्रान्स (c) व्हिएटनाम (d) जर्मनी

(११९) जगातील सर्वात उंच स्वयं आधार (सेल्फ सपोर्टिंग) इमारत (स्ट्रक्चर) कुठे आहे?
(a) सिएॅटल (b) पॅरिस (c) टोरांटो (d) शिकागो

(१२०) दक्षिण आफ्रिकेत किती अधिकृत भाषा आहेत?
(a) अकरा (b) सात (c) चार (d) एक

(१२१) 'डोम ऑफ द रॉक' (शैल घुमट) कुठे आहे?
(a) युटा (b) रोम (c) टोकियो (d) जेरूसलेम

(१२२) १८१५ साली जिथे प्रसिद्ध युद्धसंग्राम झाला, ते वॉटरलू कोठे आहे?
(a) फ्रान्स (b) नेदरलँड्स
(c) जर्मनी (d) बेल्जियम

(१२३) कोणत्या देशाला पूर्वी 'सियाम' हे नाव होते?
(a) व्हिएटनाम (b) सीरीया (c) थायलंड (d) मलेशिया

(१२४) कोणत्या दोन देशांचे एकेकाळी विलीनीकरण होऊन 'न्युबिया' असे नाव पडले?
(a) इथियोपिया आणि सोमालिया (b) लिबिया आणि ट्युनीशिया
(c) इजिप्त आणि सुदान (d) इस्राईल आणि लेबनॉन

(१२५) अलकार्टझ जे एकेकाळी बेटावरील तुरुंगासाठी प्रसिद्ध होते, ते कुठे आहे?
(a) सॅन फ्रॅन्सिस्को (b) सियॅटल (c) ॲटलांटा (d) डेन्व्हर

(१२६) 'माउंट कुक' कोणत्या देशात आहे?
(a) न्यूझीलंड (b) ऑस्ट्रेलिया (c) इंग्लंड (d) कॅनडा

(१२७) 'युकॉन टेरिटरी' या प्रांताची राजधानी कोणती?
(a) ब्लॅक हॉर्स (b) व्हाइट हॉर्स
(c) यलोनाइफ (d) ग्रॅनाइट

(१२८) अबुधाबी कुठे आहे?

(a) युनायटेड अरब एमिरेट्स (b) येमेन
(c) ओमान (d) कुवेत

(१२९) 'कालाहारी डेझर्ट' हे वाळवंट कोणत्या देशांच्या पुंजक्याला स्पर्शून जाते?

(a) पॅराग्युए, बोलिव्हिया आणि चिली
(b) इथियोपिया, सोमालिया आणि केनिया
(c) बॉटस्वाना, नांबिया आणि दक्षिण आफ्रिका
(d) बॉटस्वाना, इथियोपिया आणि केनिया

(१३०) चीनची भव्य भिंत बांधण्यास सुमारे किती वर्षे लागली?

(a) १७ वर्षे (b) ७० वर्षे
(c) ७०० वर्षे (d) १७०० वर्षे

(१३१) कोणता देश त्याच्या 'गिनेस बियर'साठी प्रसिद्ध आहे?

(a) स्कॉटलंट (b) कॅनडा (c) आयर्लंड (d) इंग्लंड

(१३२) जगातील सर्व भाषांपैकी एक तृतीयांश कोणत्या महाद्वीपावर (काँटिनेंट) बोलल्या जातात?

(a) दक्षिण अमेरिका (b) आशिया (c) आफ्रिका (d) युरोप

(१३३) 'कीव्ह' ही कोणत्या देशाची राजधानी आहे?

(a) एस्टोनिया (b) युक्रेन (c) रशिया (d) हंगेरी

(१३४) माउंट मॅककिनले कुठे आहे?

(a) अलास्का (b) कॅलिफोर्निया (c) वॉशिंग्टन (d) शिकागो

(१३५) १९०६ साली, तो भयंकर भूकंप कुठे झाला, ज्यात भूकंपामुळे व त्यामागोमाग लागलेल्या आगीच्या वणव्यामुळे प्रचंड प्रमाणात मालमत्ता व जीवितहानी झाली?

(a) मॉस्को (b) कॅलिफोर्निया (c) इंडोनेशिया (d) जपान

(१३६) कोणत्या टेकडीवर 'नोव्हाची नाव' (बायबल) जाऊन स्थिरावली, असे मानले जाते?

(a) माउंट लोगन (b) माउंट अरारत
(c) माउंट हुड (d) माउंट कुक

(१३७) 'राकापोशी पीक' हे शिखर कुठे आहे?

(a) नेपाळ (b) भारत (c) पाकिस्तान (d) भूतान

(१३८) 'सॉनोरन' हे वाळवंट कुठे आहे?

(a) ऑस्ट्रेलिया (b) यू. एस. ए.
(c) अर्जेंटिना (d) सुदान

(१३९) 'क्रिमेल' हा धबधबा कुठे आहे?
(a) ऑस्ट्रेलिया (b) फ्रान्स (c) झेक (d) स्वित्झर्लंड

(१४०) माउंट व्हिटनी कुठे आहे?
(a) अलास्का (b) कॅलिफोर्निया (c) वॉशिंग्टन (d) कोलोरॅडो

(१४१) अफगाणिस्तानचे चलन कोणते?
(a) अफगाणी (b) रुपियाही (c) दिनार (d) रियाल

(१४२) 'क्वोलालंपूर' ही कोणत्या देशाची राजधानी आहे?
(a) मलेशिया (b) इंडोनेशिया
(c) दक्षिण कोरिया (d) पापुआ न्यूगिनी

(१४३) 'रॉक फोर्ट' दगडी किल्ला तुम्हांला कुठे आहे?
(a) त्रिची (b) तिरूअनंतपुरम्
(c) सेलम (d) कोइंबतूर

(१४४) कोणत्या नदीमुळे भारताला (इंडिया) नाव मिळाले आहे?
(a) गंगा (b) सिंधुनदी
(c) इरावती (d) सतलज

(१४५) 'थंड सैतानांचा पर्वत' (माउंटन ऑफ द कोल्ड डेव्हिल्स) असे कोणत्या शिखराला म्हणतात?
(a) एव्हरेस्ट (b) किलीमांजारो
(c) गॉडविन-ऑस्टेन (d) कांचनगंगा

(१४६) मालदीवची राजधानी कोणती?
(a) सोकोट्रा (b) माले (c) जकार्ता (d) यांगॉन

(१४७) जगातील सर्वात उष्ण समुद्र कोणता?
(a) बंगालची खाडी (बे ऑफ बेंगाल) (b) अरबी समुद्र
(c) लाल समुद्र (रेड सी)
(d) भू-मध्य सागर (मेडिटेरियन सी)

(१४८) 'माउंट कॉशिऊस्को' कुठे आहे?
(a) अर्जेंटिना (b) मॉस्को (c) युक्रेन (d) ऑस्ट्रेलिया

(१४९) ३०,००० द्वीपे असलेला द्वीपसमूह (आर्किप्लॅगो) कुठे आहे?
(a) अलास्का (b) कॅलिफोर्निया
(c) नायजेरिया (d) फिनलंड

(१५०) कोणता द्वीपकल्प (पेनिनसूला) वाफ आणि पाणी बाहेर फेकणाऱ्या त्याच्या २० उकळत्या उन्हाळी कारंज्यांसाठी (स्टीमिंग गीझर्स) आणि ६० हून अधिक जागृत ज्वालामुखींसाठी प्रसिद्ध आहे?

(a) व्हिएटनाम, व्हिएट द्वीपकल्प
(b) दक्षिण कोरिया, मसांग द्वीपकल्प
(c) मलेशिया, द्वीपकल्पीय
(d) रशिया, कामाच्टका द्वीपकल्प

(१५१) 'झुलते बगीचे' (हँगिग गार्डन्स) कुठे आहेत?
(a) दमास्कस (b) अँटवर्प (c) ड्युसेलडॉर्फ (d) बॅबिलॉन

(१५२) जगातील सर्वात लांब पर्वतमाला कोणती?
(a) हिमालय (b) आल्पस (c) अॅण्डीज (d) रॉकीज

(१५३) कोणत्या शहराला 'ग्रॅनाईट सिटी' असे म्हणतात?
(a) हैदराबाद (b) शिकागो (c) अॅबरडीन (d) स्टॉकहोम

(१५४) 'गोऱ्या माणसाची कबर' (व्हाइट मॅन्स ग्रेव्ह) असे कोणत्या स्थानाला म्हणतात?
(a) गिनी किनारा (b) दक्षिण आफ्रिका
(c) पॅराग्वे (d) मेक्सिको

(१५५) 'हॉल ऑफ मिरर्स' हे आरशांचे सभागृह कुठे आहे?
(a) व्हर्सेलिस (b) फ्लॉरेन्स (c) झुरिच (d) कॅण्डी

(१५६) अल्माटी धरण कोणत्या नदीवर आहे?
(a) यमुना (b) गंगा (c) कृष्णा (d) कावेरी

(१५७) 'ट्युस्कारोरा डीप' (डीप - महासागराचा सर्वात खोल भाग) कोणत्या महासागरात आहे?
(a) हिंद महासागर (b) अॅटलांटिक महासागर
(c) दक्षिण ध्रुवीय (अंटार्क्टिक) महासागर
(d) प्रशांत (पॅसिफिक) महासागर

(१५८) पुढीलपैकी कोणत्या नदीला 'बिहारचे दु:ख' असे म्हणतात?
(a) गंडक (b) दामोदर (c) कोसी (d) सोना

(१५९) आसामचे प्राचीन नाव काय?
(a) ताम्रलिप्ती (b) टोगाली (c) कामरूप (d) सुतानती

(१६०) 'पिलर्स ऑफ हर्क्युलिस' (पिलर्स - खांब) कशाला म्हणतात?
(a) पाल्क स्ट्रेटस (स्ट्रेट - सामुद्रधुनी)
(b) केप ऑफ गुड होप
(c) जिब्राल्टर सामुद्रधुनी (d) हिमालय

(१६१) मृगशीर्ष नक्षत्राच्या पट्ट्यात (ओरायन्स बेल्ट) किती तारे आहेत?
(a) सात (b) तीन (c) चार (d) नऊ

(१६२) आटाकामा वाळवंट कुठे आहे?

(a) अर्जेंटिना (b) ब्राझिल (c) चिली (d) इक्वाडोर

(१६३) चीन आणि मंगोलियाच्या मध्ये कोणते वाळवंट आहे?

(a) सहारा (b) कालाहारी (c) गिब्सन (d) गोबी

(१६४) टॉब्नूस पर्वतमाला कोणत्या देशात आहे?

(a) ग्रीस (b) जर्मनी (c) फ्रान्स (d) इटली

(१६५) जगातील सर्वात प्रचलित अशी कालगणना कोणती आहे?

(a) मायन (b) हिंदू (c) ग्रेगरियन (d) मुस्लीम

(१६६) लोप पावणाऱ्या ताऱ्यांच्या स्फोटाला काय म्हणतात?

(a) स्फोट पावणारा तारा (सुपरनोव्हा)

(b) धूमकेतू (कॉमेट)

(c) कृष्णविवर (ब्लॅक होल)

(d) उल्का (शूटिंग स्टार)

(१६७) हिराकूड धरण कोणत्या नदीवर बांधले आहे?

(a) महानदी (b) नर्मदा (c) गंगा (d) कावेरी

(१६८) कोणता गॅस पृथ्वीचे सूर्याच्या अतिनील किरणांपासून (अल्ट्रा व्हायोलेट रेंज) संरक्षण करतो?

(a) नत्रवायू (नायट्रोजन) (b) प्राणवायू (ऑक्सिजन)

(c) ओझोन (d) हायड्रोजन

(१६९) उत्तर प्रदेशातील कोणत्या शहाराला पूर्वी प्रयाग हे नाव होते?

(a) हरिद्वार (b) अलाहाबाद (c) लखनौ (d) वाराणसी

(१७०) कोणत्या शहरात सर्वात जास्त संख्येने गगनचुंबी इमारती (स्कायस्क्रेपर्स) आहेत?

(a) शिकागो (b) न्यूयॉर्क

(c) हाँगकाँग (d) लॉस एंजलिस

(१७१) ‘भाक्रा’ हे धरण कोणत्या नदीवर आहे?

(a) रावी (b) बियास (c) सतलज (d) झेलम

(१७२) पुढील थंड हवेच्या स्थळांपैकी (हिल स्टेशन्स) कोणते त्या राज्याची राजधानी आहे?

(a) महाबळेश्वर (b) माऊंट अबू (c) उटी (d) सिमला

(१७३) १६५२ पासून १७४९ पर्यंत चेन्नईचे अधिकृत नाव काय होते?

(a) फोर्ट विलीयम (b) फोर्ट सेंट जॉर्ज

(c) फोर्ट सेंट जॉन (d) फोर्ट मरीना

(१७४) पुढीलपैकी कोणत्या शहराला गतकाळात 'कॉन्स्टॅंटिनोपल' हे नाव होते?
(a) मॅड्रिड (b) इस्तंबूल (c) टायरो (d) बेथर्स्ट

(१७५) कोणत्या नदीवर भारतातील सर्वात उंच धबधबा 'जोग फॉल्स' आहे?
(a) शरावती (b) कावेरी (c) नेत्रावती (d) पेरियार

(१७६) प्राणवायूच्या (ऑक्सिजन) व्यतिरिक्त, पृष्ठभागावर दुसरे कोणते मूलतत्त्व (एलेमेंट) विपुल प्रमाणात सापडते?
(a) कार्बन द्विप्राणिद (कार्बन डाय ऑक्साइड)
(b) सिलिकॉन
(c) हायड्रोजन (d) हेलियम

(१७७) पर्वतरांगामध्ये हवामानबदलावांचे प्रमुख कारण कोणते?
(a) कल (ॲटिट्यूड) (b) अक्षांश (लॅटिट्यूड)
(c) समुद्रसपाटीपासून उंची (ॲल्टिट्यूड)
(d) रेखांश (लॉंजिट्यूड)

(१७८) कोणत्या महासागरातून चक्रवात (सायक्लोन्स) उगम पावतात?
(a) प्रशांत (पॅसिफिक) (b) हिंद (इंडियन)
(c) ॲटलांटिक (d) दक्षिण ध्रुवीय (अंटार्क्टिट)

(१७९) भारतातील सर्वात मोठे कृत्रिम सरोवर कोणते?
(a) मानसरोवर (b) पुलिकत
(c) नागार्जुनसागर (d) दल

(१८०) पृथ्वीचे वजन किती आहे?
(a) ६६०० अब्ज टन (b) ५२५० अब्ज टन
(c) १२००० अब्ज टन (d) १०,००० अब्ज टन

(१८१) जगातील सर्वात मोठी सोन्याची खाण कोणती?
(a) ईस्ट रॅण्ड माईन्स (b) कोलार गोल्ड माईन्स
(c) किंबर्ले माईन्स (d) किगोमा माईन्स

(१८२) इस्लामी कालगणनेतील बारावा महिना कोणता आहे?
(a) धू-अलू हिजहा (b) रजब
(c) सफर (d) मूहरम

(१८३) भाग्यनगर या शहराचे हल्लीचे नाव कोणते?
(a) हैदराबाद (b) बंगलोर (c) भुवनेश्वर (d) अलाहाबाद

(१८४) पुढीलपैकी कोणता सर्वात मोठा राजवाडा आहे?
(a) ग्रॅंड पॅलेस (b) विंटर पॅलेस
(c) इंपीरियल पॅलेस (d) बकिंगहॅम पॅलेस

(१८५) संपात (इक्वीनॉक्स) केव्हा घडतात?

(a) मार्च आणि सप्टेंबर (b) जानेवारी आणि जुलै
(c) जून आणि डिसेंबर (d) एप्रिल आणि ऑक्टोबर

(१८६) पुढीलपैकी कशाला वातावरण नसते?

(a) चंद्र (मून) (b) बुध (मर्क्युरी)
(c) मंगळ (मार्स) (d) शनी (सॅटर्न)

(१८७) कोणता ग्रह अतिशय जलद गतीने वाहणाऱ्या वाऱ्याने वेढलेला आहे?

(a) युरेनस (b) प्लुटो (c) बुध (d) गुरू

(१८८) आर्क्टिक वृत्ताजवळच दक्षिणेस असलेल्या कोणत्या ठिकाणी न्यूयॉर्कसारखेच सरासरी तापमान वर्षभर असते?

(a) थूले (b) मर्मास्क (c) बँक्स आयलंड (d) रेक्जाव्हिक

(१८९) आकाशातील सर्वांत मोठा आणि सर्वांत चमकणारा गोलाकार पुंज (ग्लोब्युलर क्लस्टर) कोणता?

(a) ओमेगा सेंटॉरी (b) मेसियर ५३ (c) मेसियर १३ (d) ४७ ट्युकेन

(१९०) रोमन ज्या ग्रहाची 'युद्धाचा देव' (गॉड ऑफ वॉर) म्हणून उपासना करत, त्या ग्रहाचे नाव काय आहे?

(a) शुक्र (व्हीनस) (b) पृथ्वी (अर्थ)
(c) मंगळ (मार्स) (d) गुरू (ज्युपीटर)

(१९१) शुक्र (व्हीनस) या ग्रहाला कोणता आम्ल पदार्थ (ॲसिड) आच्छादितो?

(a) गंधकाम्ल (सल्फ्युरिक ॲसिड) (b) नत्रआम्ल (नाइट्रिक ॲसिड)
(c) क्लोरिक ॲसिड (d) अमिनो ॲसिड

(१९२) चंदीगड येथील दगडाच्या उद्यानाची (रॉक गार्डन) रचना कोणी केली?

(a) नेकचंद (b) ध्यानचंद (c) प्रेमचंद (d) मिरूरचंद

(१९३) गोमती नदी कोणत्या राज्याच्या राजधानीतून वाहते?

(a) लखनौ (b) पाटणा (c) कोलकाता (d) रांची

(१९४) कोणत्या भारतीय राज्यात सर्वाधिक थंड हवेची ठिकाणे (हिल स्टेशन्स) आहेत?

(a) सिक्किम (b) उत्तर प्रदेश
(c) जम्मू व काश्मीर (d) तमिळनाडू

(१९५) आफ्रिकेतील गवताळ प्रदेशांना (ग्रासलँड्स) काय म्हणतात?

(a) सव्हाना (b) प्रेयरी (c) स्टेपीज (d) पंपाज

(१९६) टर्कीचे चलन कोणते? ('टर्की' या देशाला 'तुर्कस्थान'ही म्हणतात.)

(a) रूबल (b) येन (c) लीरा (d) दिनार

(१९७) झुलू कोणत्या महाद्वीपावर असतात?
(a) ऑस्ट्रेलिया (b) आफ्रिका
(c) आशिया (d) दक्षिण अमेरिका

(१९८) कोणता देश तेथील उष्ण झऱ्यांसाठी (हॉट स्प्रिंग्स) प्रसिद्ध आहे?
(a) न्यूझीलंड (b) जमेका (c) फ्रान्स (d) बेल्जियम

(१९९) दक्षिण आफ्रिकेचे चलन कोणते?
(a) रँड (b) डॉलर (c) पाउंड (d) फ्रँक

(२००) अलिकडे सर्वच विषुववृत्तीय सदाहरित वनांकरिता कोणता शब्द वापरला जातो?
(a) व्हेल्ड (b) स्टेप्स (c) प्रेअरी (d) सेल्वा

(२०१) जगातील सर्वात मोठ्या विमानतळाचे नाव सांगा.
(a) शिपॉल, ॲमस्टरडॅम (b) किंग खालिद, रियाद
(c) जे. एफ. के., न्यूयॉर्क (d) ओहेर, शिकागो

(२०२) क्षेत्रफळाच्या दृष्टीने जगातील सर्वात मोठे कोणते?
(a) माउंट ईसा (b) शिकागो
(c) सिडनी (d) न्यूयॉर्क

(२०३) जगातील सर्वात मोठा त्रिभुज प्रदेश (डेल्टा) कोणता?
(a) कैरो (b) पॅरा (c) सुंदरबन (d) शांघाय

(२०४) जगातील सर्वात उष्ण ठिकाण कोणते?
(a) रियाद (b) डॅलॉल (c) मनामा (d) आबुधाबी

(२०५) जगातील सर्वात लांब रेल्वे बोगदा कुठे आहे?
(a) जपान (b) मॉस्को (c) भारत (d) चीन

(२०६) सेंट लॉरेन्स या नदीवर कोणते शहर वसले आहे?
(a) विनीपेग (b) एडमोंटन (c) ओटावा (d) टोरांटो

(२०७) भारतातील सर्वात लांब नदी कोणती?
(a) यमुना (b) गंगा (c) ब्रह्मपुत्रा (d) नर्मदा

(२०८) कोणता देश युनायटेड अरब एमिरेटसचा भाग आहे?
(a) कुवेत (b) शारजा (c) इराण (d) इराक

(२०९) ग्रीसचे चलन कोणते?
(a) लीरा (b) युरो (c) ड्रॅक्मा (d) डॉलर

(२१०) कोणते भारतीय राज्य सर्वात मोठ्या प्रमाणात मिठाचे उत्पादन करते?
(a) महाराष्ट्र (b) गुजरात
(c) तमिळनाडू (d) केरळ

(२११) जड करड्या रंगाच्या ढगांना (हेवी ग्रे क्लउडस) का म्हणतात?
(a) वर्षास्तरी मेघ (निंबोस्ट्रॅट्स क्लाउडस)
(b) प्रभंजन मेघ (हरिकेन क्लाउडस)
(c) पक्षाभ मेघ (सिरस क्लाउड्स)
(d) पक्षाभ स्तरी मेघ (सिरोस्ट्रॅट्स क्लाउडस)

(२१२) भव्य इमारतींसाठी नावाजलेल्या कोणत्या शहराला 'सिटी ऑफ मॅग्निफिसेंट बिल्डिंग्स' असे म्हणतात?
(a) न्यूयॉर्क (b) नवी दिल्ली
(c) वॉशिंग्टन डी. सी. (d) पॅरिस

(२१३) सूर्यग्रहणाच्या वेळी कोणाची सावली कशावर पडते?
(a) चंद्राची सूर्यावर (b) चंद्राची पृथ्वीवर
(c) पृथ्वीची चंद्रावर (d) पृथ्वीची सूर्यावर

(२१४) भारतातील कोणत्या राज्यात 'चिलका सरोवर' आहे?
(a) आसाम (b) सिक्कीम (c) राजस्थान (d) ओरिसा

(२१५) दक्षिण भारतातील ते एकमेव देऊळ कोणते जिथे शिवाची 'नटराज' म्हणून उपासना केली जाते?
(a) वेल्लामलाई (b) कैलासनाथ
(c) तिरूवायूर (d) चिंदबरम्

(२१६) कोणत्या भारतीय राज्याने दमण व दीव या केंद्रीयशासित प्रदेशांच्या तीन बाजूंना वेढले आहे?
(a) महाराष्ट्र (b) गोवा (c) गुजरात (d) कर्नाटक

(२१७) कोणती सामुद्रधुनी (स्ट्रेट) भारताला श्रीलंकेपासून अलग करते?
(a) मलाक्का स्ट्रेट (b) हार्मिंग स्ट्रेट
(c) पाल्क स्ट्रेट (d) स्ट्रेट ऑफ होरमझ्

(२१८) गुरू (ज्युपीटर), शनी (सॅटर्न), युरेनस आणि नेपच्यूनला काय म्हणतात?
(a) महाकाय अंतस्थ ग्रह (जायंट इनर प्लॅनेट्स)
(b) महाकाय बाह्य ग्रह (जायंट आउटर प्लॅनेट्स)
(c) महाकाय परकीय ग्रह (जायंट एलियन प्लॅनेट्स)
(d) महाकाय वलयांकित ग्रह (जायंट रिंग्ड प्लॅनेट्स)

(२१९) कोणत्या देशात 'रिकामा विशिष्ट भाग' (एम्प्टी क्वार्टर) आहे, जिथे वस्तुत: कोणत्याही प्रकारचे जीव अस्तित्त्वात नाहीत?
(a) नांबिया (b) लिबिया
(c) सौदी अरेबिया (d) मोंगोलिया

(२२०) १९०८ साली कोणते शहर भूकंपाच्या तीव्र धक्क्याने उद्ध्वस्त झाले, जिथे शहरातील तुरुंगामधला एकच कैदी जिवंत राहिला होता?
(a) मायामी (b) डॉमिंगो
(c) सँटियागो द क्युबा (d) सेंट पिटर

(२२१) लायकोरीया हे सर्वात उंच शिखर असलेली पारनॅसस माउंटन रिज ही पर्वतमाला कुठे आहे?
(a) ग्रीस (b) स्पेन (c) इटली (d) युगोस्लाव्हिया

(२२२) माउंट ऑलिम्पस कोणत्या देशात आहे?
(a) ग्रीस (b) स्पेन (c) फ्रान्स (d) ऑस्ट्रिया

(२२३) 'टाकला माकान' हे वाळवंट कोणत्या देशात आहे?
(a) पाकिस्तान (b) कोरिया (c) चीन (d) थायलंड

(२२४) 'गॅव्हार्नी फॉल्स' हे धबधबे कुठे आहेत?
(a) ऑस्ट्रिया (b) फ्रान्स (c) जर्मनी (d) झेक

(२२५) कोणती तोकडी नदी (शॉर्ट रिव्हर) उत्तर अमेरिकेतील देशांमधून वाहते आणि तिच्या धबधब्यांसाठी प्रसिद्ध आहे?
(a) हडसन (b) सेंट लॉरेन्स (c) नायगारा (d) कोलोरॅडो

(२२६) लेक नासेर हे सरोवर कोणत्या देशात आहे?
(a) इजिप्त (b) सुदान (c) इथियोपिया (d) एरिट्रिया

(२२७) केनियातील 'त्सावा ईस्ट नॅशनल पार्क' हे राष्ट्रीय उद्यान, कोणत्या धबधब्यांसाठी प्रसिद्ध आहे?
(a) लुगाई फॉल्स (b) टुंगेला फॉल्स
(c) कालांबो फॉल्स (d) रोरैमा फॉल्स

(२२८) अश्मयुगातील गुफाचित्रे व कोरीव कामासाठी (पॅलियोलिथिक केव्ह्ज पेंटिंग्ज ॲण्ड एनग्रेव्हिंग्ज) प्रसिद्ध असलेले 'ॲल्टामीरा' कुठे आहे?
(a) स्पेन (b) टर्की (c) इजिप्त (d) ग्रीस

(२२९) पूर्वी 'टॅनानारीव्ह' हे नाव असलेले आणि आता राजधानी असलेले शहर कोणते?
(a) बैरुट (b) अँटानानारिव्हो
(c) रियाद (d) ट्रायपॉलि

(२३०) १५०५ साली मोरॉक्कोतील ज्या स्थानाला पोर्तुगिजांनी 'सांताक्रूझ' हे नाव दिले आणि १९६० साली एका प्रचंड भूकंपात जे उद्ध्वस्त झाले, ते मोराक्कोतील स्थान कोणते?
(a) फेझ (b) मेक्नेस (c) कॅसाब्लँका (d) अगाडिर

(२३१) कझागिस्तानची राजधानी कोणती?

(a) कीव्ह (b) अस्ताना (c) अश्काबाट (d) ताश्कंद

(२३२) त्याच्या फेसाळ पांढऱ्या वाइनसाठी (स्पार्कलिंग व्हाइट वाईन) प्रसिद्ध असलेले 'अस्ती' हे शहर कुठे आहे?

(a) ग्रीस (b) इटली (c) फ्रान्स (d) स्पेन

(२३३) असे मानले जाते की, जेरूसलेमहून 'आर्क ऑफ कॉव्हेनंट' हा करारनामा आणून, आक्सुममधील 'सेंट मेरी ऑफ झायन' या चर्चमध्ये ठेवला गेला. हे आक्सुम कुठे आहे?

(a) इझरायल (b) जॉर्डन (c) इजिप्त (d) इथिओपिया

(२३४) 'बे ऑफ पिग्ज' ही खाडी कुठे आहे?

(a) क्युबाचा दक्षिण पश्चिमी किनारा (b) ओंटारियोच्या उत्तरेस
(c) अलास्काच्या दक्षिणेस (d) फ्रान्सच्या पश्चिमेस

(२३५) 'बेलिटुंग' कुठे आहे? जिथल्या कथिलाच्या खाणींमुळे बऱ्याच मोठ्या प्रमाणात तिथे चिनी समाज आकर्षित झाला आहे. (कथिलाची खाण - टिन माईन्स)

(a) मालदीव्ज (b) मॉरिशियस (c) इंडोनेशिया (d) फिलीपाईन्स

(२३६) बेघॉफ नावाचे हिटलरचे तटबंदी एकाकी स्थळाचे (फॉर्टिफाईड रिट्रीट) ठिकाण असलेले, बव्हेरियन आल्पसमधील पर्यटक स्थळ (रिसॉर्ट) कोणते?

(a) वॉर्झबर्ग (b) मॅनहेम
(c) बर्चेस्टगाडेन (d) स्टुटगार्ड

(२३७) येशू ख्रिस्ताचे जन्मस्थान 'बेथलेहेम' कोणत्या देशात आहे?

(a) पॅलेस्टाईन (b) इस्त्राईल (c) लेबनॉन (d) सीरिया

(२३८) मध्यजीव कल्पातील (मेसोलिथिक पिरियड) रंगचित्रांनी सुशोभित असलेले खडकीय आसरे (रॉक शेल्टर्स) असणारे 'भीमबेटका', भारतातील कोणत्या राज्यात आहे?

(a) महाराष्ट्र (b) बिहार (c) मध्यप्रदेश (d) गुजरात

(२३९) मार्शल आयलंड्स या द्वीपांवरील कोणते प्रवाळाचे कंकणाकृती बेट (अटोल), अमेरिकेच्या च्या अण्वस्त्र - चाचण्यांचे (न्युक्लीयर टेस्ट्स) स्थान असून, तिथे १९५२ साली पहिल्या हायड्रोजन बॉम्बची चाचणी झाली होती?

(a) बिकीनी (b) डॅलाप - युलिगा - डॅरिट
(c) बैरिकी (d) होनियारा

(२४०) गिनी-बिसाऊची राजधानी कोणती?

(a) बोलोना (b) ब्रिंडिसी (c) बोलामा (d) ब्रॅटिसलाव्हा

(२४१) कोणती सामुद्रधुनी (स्ट्रेट) काळ्या समुद्राला (ब्लॅक सी), मार्मारा समुद्राशी जोडते?

(a) बॉस्पोरस (b) स्ट्रेट ऑफ ऑटरॅन्टो
(c) स्ट्रेट ऑफ बोनेफियॅशियो (d) स्ट्रेट ऑफ डोव्हर

(२४२) कोणती राजधानी विमानाच्या आकारात रचली गेली आहे?

(a) चंदीगड (b) ऊलान बॅटोर
(c) ब्रॅसिलिया (d) तेल अव्हिव

(२४३) डॅन्यूब नदीवरील कोणते औद्योगिक शहर, एकेकाळी १५४१ ते १७८४ पर्यंत राजधानी होते?

(a) ब्रॅटिसलाव्हा (b) बुडापेस्ट (c) बुखारेस्ट (d) व्हिएन्ना

(२४४) दुसऱ्या जागतिक युद्धात, मित्रराष्ट्रांच्या निसटून जाणाऱ्या कैद्यांसाठी तुरुंग छावणी म्हणून उपयोगात आणला गेलेला 'कोल्डिटझ कासल' कुठे आहे?

(a) जर्मनी (b) फ्रान्स (c) पोलंड (d) ऑस्ट्रिया

(२४५) पूर्वीच्या सोव्हियट युनियनमधले आणि आत्ता ताजिकीस्तानमधले सर्वोच्च शिखर कोणते?

(a) खान टेंग्रे (b) लेव्हिएना
(c) कम्युनिझम पीक (d) मिन्या कॉंका

(२४६) हल्ली 'टॉल बास्टाह' या नावाने ओळखले जाणारे पूर्वीचे बुबॅस्टिस, जे मांजर देवता (कॅट गॉडेस) बास्ट, हिला पवित्र असलेले देवालयांचे शहर आहे. (टेंपल सिटी), जे आता भग्न अवशेषांच्या स्वरूपात आहे, ते कुठे आहे?

(a) युगांडा (b) लिबिया (c) इजिप्त (d) इस्राईल

(२४७) जगातील सर्वात उंच प्रवेशद्वार (गेट) कुठे आहे?

(a) कॅंपुचिया (b) मलेशिया (c) भारत (d) इंडोनेशिया

(२४८) येशू ख्रिस्ताने जिथे पहिला चमत्कार घडविला, ते 'काना' हे गाव कुठे आहे?

(a) इस्राईल (b) इजिप्त (c) पॅलेस्टाईन (d) जॉर्डन

(२४९) जिथे केवळ समुद्रमार्गे जाता येते, ते 'ब्लू ग्रोटो' कुठे आहे?

(a) कॅप्री (b) पॅलेरमो (c) कॉर्सिका (d) व्हॅलेट्टा

(२५०) आफ्रिकेतील ते बंदर असलेले शहर (पोर्ट सिटी) कोणते, जिथे १९४३ साली चर्चिल आणि एफ. डी. रूझवेल्ट एका बैठकीत भेटले?

(a) ॲलजिर्स (b) त्रिपोली
(c) कॅसाब्लॅंका (d) ट्यूनिस

(२५१) न्यूझीलंडची उत्तर आणि दक्षिण बेटे, कोणत्या सामुद्रधुनीमुळे (स्ट्रेट) वेगळी होतात?

(a) फोव्हेऑक्स स्ट्रेट (b) कुक स्ट्रेट

(c) कुक स्ट्रेट (d) टॉरेस स्ट्रेट

(२५२) कोणत्या देशाला पूर्वी 'डाहोमी' हे नाव होते?

(a) बेलिझे (b) बेनिन (c) बँजूल (d) बोटस्वाना

(२५३) 'लिबरेशन टॉवर' कोणत्या देशात आहे?

(a) भारत (b) फ्रान्स (c) कुवेत (d) यू. एस. ए.

(२५४) २००४ साली बांधलेली कोणती इमारत, पेट्रोनॅस टॉवर्सहून जवळजवळ २०० फूट अधिक उंच आहे?

(a) तायपै १०१, तैवान (b) जिन माओ बिल्डिंग, शांघाय

(c) इंटरनॅशनल फायनान्स सेंटर, हाँगकाँग

(d) सी. आय. टी. आय. सी. प्लाझा, चीन

(२५५) व्हिएटनाममधील कोणत्या बंदराला (पोर्ट) पूर्वी 'टाऊरेन' असे नाव होते?

(a) डा नांग (b) हो ची मिन्ह शहर

(c) न्हा ट्रँग (d) व्हिन्ह

(२५६) ऑस्ट्रेलियातील कोणते शहर, १९४२ साली जपानकडून केल्या गेलेल्या बॉम्ब हल्ल्याला बळी पडले आणि पुढे १९७६ मध्ये चक्रवात वादळाने उद्ध्वस्त झाले?

(a) डार्विन (b) पर्थ (c) क्वेट्टा (d) कॅनबेरा

(२५७) ग्रीसमधील कोणते शहर अपोलोचे पवित्र देवालय (सँक्च्युरी) आणि दैवी संकेताचे स्थान (सीट ऑफ ओरॅकल) होते?

(a) पिरेयस (b) ऑलिंपस

(c) सायक्लेडस (d) डेल्फी

(२५८) वॉरन हेस्टिंगजच्या जमान्यात 'बीयरकूल' म्हणून प्रसिद्ध असलेला 'दिघा बीच' हा समुद्रकिनारा कुठे आहे?

(a) चेन्नई (b) पश्चिम बंगाल

(c) मुंबई (d) कोची

(२५९) स्कॉटलंडची राजधानी कोणती?

(a) ग्लासगो (b) डब्लिन (c) एडिंबर्ग (d) बेलफास्ट

(२६०) जगातील सात आश्चर्यांपैकी एक, 'एफेसस' हे स्थळ 'टेंपल ऑफ आर्टेमिस' या देवालयासाठी प्रसिद्ध आहे. ते कुठे आहे?

(a) ग्रीस (b) टर्की (c) इटली (d) फ्रान्स

(२६१) समुद्रसपाटीखाली १५ मीटर्सवर असलेले कोणते सरोवर (लेक) ऑस्ट्रेलिया या महाद्वीपातील सर्वात निम्नबिंदू (लोएस्ट पॉइंट) आहे?
(a) लेक आयर (b) लेक वेल्स
(c) लेक ॲमाडियस (d) लेक बार्ली

(२६२) सिएरा लिऑनची राजधानी कोणती?
(a) कॉनाक्री (b) मॉन्रोव्हिया
(c) अक्रा (d) फ्रीटाऊन

(२६३) समुद्राची सरासरी क्षारता किती असते?
(a) ३५% (b) ३५‰ (c) ४३% (d) ४३‰

(२६४) कोणते डोंगर 'ॲप्पलाचियन माउंटन्स' या पर्वतांचा एक भाग आहेत?
(a) रॉकी माउंटन्स (b) ॲलेघेनी माउंटन्स
(c) ग्रेट स्मोकी माउंटन्स (d) नोत्र दाम माउंटन्स

(२६५) ब्राझीलची प्रमुख भाषा कोणती आहे?
(a) जापुरा (b) फ्रेंच (c) पोर्तुगीज (d) रिओ

(२६६) सायगाँव, ही पूर्वीच्या फ्रेंच इंडो चायनाची राजधानी होती. आता ते कुठल्या नावाने ओळखले जाते?
(a) नॉम पेन्ह (b) टौराने
(c) हो चि मिन्ह सिटी (d) कुआंग-ट्राय

(२६७) भारतातील कोणत्या शहराला 'विजयांचे शहर' असे म्हटले जाते?
(a) जयपूर (b) लखनौ (c) पाटणा (d) पानिपत

(२६८) अंटार्क्टिका वरील जगातील सर्वात लांब हिमनदी कोणती आहे?
(a) डेन्मन (b) लिम्रोड-लिनॉक्स
(c) लॅंबर्ट फिशर (d) नोव्हय झिमलय

(२६९) जगातील सर्वात मोठे प्रवाळाचे कंकणाकृती बेट (अटोल) जिथे आहे त्या कोणत्या द्वीपाला 'ख्रिसमस आयलंड' असेही म्हणतात?
(a) किरीबाटी (b) नाऊरू
(c) मार्शल आयलंडस (d) सॉलोमन आयलंडस

(२७०) कौरव आणि पांडवांचे युद्ध ज्या रणांगणावर झाले, ते 'कुरुक्षेत्र' कोणत्या राज्यात आहे?
(a) हरयाणा (b) पंजाब
(c) उत्तर प्रदेश (d) हिमाचल प्रदेश

(२७१) जगातील सर्वात उंचावर असलेली राजधानी कोणती?
(a) ला पाझ (b) ल्हासा (c) शिमला (d) क्वियुटो

(२७२) ७१ मीटर्स उंचीचा, जगातील सर्वात उंच बुद्धाचा पुतळा कुठे आहे?
(a) लेशान (b) हैदराबाद (c) टोकियो (d) काटमांडू

(२७३) 'लेक पॅनगाँग', हे पर्यटकांचे आकर्षण असलेले सरोवर, आशियातील सर्वात मोठ्या खाऱ्या पाण्याच्या सरोवरांपैकी एक आहे. ते कुठे आहे?
(a) शांघाय (b) क्योटो (c) लुकुंग (d) बँकॉक

(२७४) १९११ साली ज्याचा शोध लागला ते 'माचू पिच्चू' हे जागतिक पुरातन स्थान (वर्ल्ड हेरिटेज साइट) कुठे आहे?
(a) मेक्सिको (b) अर्जेंटिना (c) पेरू (d) चिली

(२७५) जगातील सर्वात जास्त रहिवासी असलेले नदीकाठचे द्वीप (रिव्हराइन आयलंड) कोणते?
(a) माजुली (b) नॅनकिंग (c) मंडाले (d) व्हिएन्ना

(२७६) डेव्हिड लिव्हिंग्स्टन या प्रवाससंशोधकाच्या (एक्सप्लोरर) सन्मानार्थ, कोणत्या शहराला पहिल्यांदा 'लिव्हिंगस्टन' हे नाव दिले गेले?
(a) लिव्हिंग्स्टोनिया (b) मारांबा (c) लुबंबाशी (d) लुसाका

(२७७) १९७२ सालापर्यंत भारतातील कोणत्या राज्याला 'लुशाई हिल्स' हे नाव होते आणि ते आसामचा एक जिल्हा होते?
(a) नागालँड (b) मणीपूर (c) मेघालय (d) मिझोरम

(२७८) एका देशाच्या कोणत्या बंदराला आणि पर्यटकांच्या राजधानीला (पोर्ट ॲण्ड टूरिस्ट कॅपिटल), तिथले स्थानिक 'मोबे' असे म्हणतात?
(a) किंग्स्टन (b) पोर्ट ऑ प्रिंस
(c) डॉमिंगो (d) मॉन्टेगो बे

(२७९) प्रत्यक्षात असलेल्या मानवी आकाराएवढ्या ७५०० रंगविलेल्या लालसर मातीच्या (टेराकोटा) मानवी आकृत्यांचे सैन्य, जे लष्करी रचनेत खोल जमिनीखाली उपयोगात आणले गेले होते, त्याचा या ठिकाणी १९७४ साली शोध लागला. हे ठिकाण कोणते?
(a) माउंट ईसा (b) माउंट कैलास
(c) माउंट ली (d) माउंट रूहापेहू

(२८०) 'अंबा विलास राजवाडा' हा जगातील सर्व ठिकाणच्या कलाकृतींचा खजिना म्हणून प्रसिद्ध आहे. तो कुठे आहे?
(a) जयपूर (b) उदयपूर (c) म्हैसूर (d) सूरत

(२८१) फॉस्फेट निक्षेपणासाठी (डिपॉझिट्स) प्रसिद्ध असलेले, जगातील सर्वात लहान प्रजातंत्र कोणते?
(a) नाऊरू (b) वानुआतू (c) गुआम (d) पोर्टो रिको

(२८२) आफ्रिकेतील कोणत्या सरोवराला ‘कॅलेन्डर लेक’ असे म्हणतात?
(a) लेक व्हिक्टोरिया (b) मालावी लेक
(c) लेक टँगानिका (d) लेक चॅड

(२८३) कोणता देश उत्तर अमेरिकेला दक्षिण अमेरिकेशी जोडतो?
(a) ग्वाटामाला (b) मेक्सिको (c) निकुआरागुवा (d) पनामा

(२८४) शिल्पकलेत वापरल्या जाणाऱ्या शुभ्र अर्धपारदर्शक संगमरवरासाठी प्रसिद्ध असलेते ग्रीक द्वीप कोणता?
(a) क्रेट (b) पॅरोस (c) ऱ्होडस (d) युबोईया

(२८५) ‘पीटर अँड पॉल फोर्ट्रेसेस’ हे किल्ले कुठे आहेत?
(a) इंग्लंड (b) रशिया (c) न्यूझीलंड (d) ऑस्ट्रेलिया

(२८६) लॅटव्हियाची राजधानी कोणती?
(a) रीगा (b) मिंश
(c) कॅलिनीनग्रॅड (d) व्हिलनीयस

(२८७) यू. एस. ए. तील कोणत्या शहराला पूर्वी ‘येर्बा ब्युएना’ हे नाव होते?
(a) सॅन फ्रॅन्सिस्को (b) सियॅटल
(c) डेन्वर (d) फिनिक्स

(२८८) भारतातील कोणत्या राज्याली ‘पूर्वेचे स्कॉटलंड’ असे म्हणत?
(a) मेघालय (b) हिमाचल प्रदेश
(c) जम्मू आणि काश्मीर (d) सिक्कीम

(२८९) कोणत्या ३०३८ फूट उंचीच्या ज्वालामुखीतून लाव्हारस सतत बाहेर वाहत असतो, आणि ते एक प्रमुख पर्यटक आकर्षण आहे?
(a) माउंट फ्यूजी (b) स्ट्रोम्बोली
(c) माउंट इरेबस (d) मौना की

(२९०) भारतातील सर्वात मोठा आणि जगातील दुसऱ्या क्रमांकावर असलेला बौद्ध मठ कोणता?
(a) फोडाँग मठ (मोनॅस्ट्री) (b) तवांग मठ
(c) पुंमटर मठ (d) एनची मठ

(२९१) आफ्रिकेतील सर्वात मोठे मानवनिर्मित बंदर कोणते?
(a) टेमा (b) डर्बन (c) केप टाउन (d) नॉर्विच

(२९२) उत्तर अमेरिकेच्या पश्चिम किनाऱ्यावरील सर्वात मोठ्या किनाऱ्यापासून काही अंतरावर असलेले द्वीप (ऑफशोअर आयलंड) कोणते?
(a) क्वीन शार्लट (b) सॅन डिएगो
(c) गुआडॅलुपे (d) व्हॅनकूव्हर

(२९३) १५५४ साली मेरी - I ने, एलिझाबेथ - I हिला, जिथे बंदिस्त करून ठेवले, ती इंग्लंडमधली जागा कोणती?

(a) डंडी (b) नॉटिंगहॅम (c) वुडस्टॉक (d) नॉर्विच

(२९४) क्रोएशियाची राजधानी कोणती?

(a) झाग्रेब (b) बेलारूस (c) आर्मेनिया (d) स्लोव्हेनिया

(२९५) १८१५ फूट उंच असलेला, जगातील सर्वात उंच मनोरा (टॉवर) कोणता?

(a) ऑस्टॅन्किनो टॉवर, मॉस्को

(b) कॅनेडियन नॅशनल (सी. एन.) टॉवर, टोरांटो

(c) ओरिएंटल पर्ल टॉवर, शांघाय

(d) मिलॅड टॉवर, तेहरान

(२९६) तुर्कमेनिस्तानची राजधानी कोणती?

(a) अक्मोला (b) बिश्केक

(c) दुशानबे (d) अस्काबाद (किंवा अश्गाबाद)

(२९७) 'पृथ्वी गोलाकार आहे', हे प्रतिपादन, पुढीलपैकी कोणी, सर्वप्रथम केले?

(a) कोपर्निकस (b) ॲरिस्टॉटल

(c) टोलेमी (d) स्ट्रॅबो

(२९८) ज्या भौगोलिक शास्त्रज्ञाने जगाच्या नकाशावर मध्यान्यरेषा (मेरिडियन) दाखविण्याचा प्रयत्न केला, त्या पहिल्या भौगोलिक शास्त्रज्ञाचे नाव द्या.

(a) एरॅस्टोस्थेनस (b) टोलेमी

(c) हिरोडोट्स (d) ॲरिस्टॉटल

(२९९) 'एर्डकुंड' हे पुस्तक कोणी लिहिले?

(a) कार्ल रिटर (b) व्हिडाल द ला ब्लांच

(c) व्हेरॅनियस (d) इम्यान्युएल कांट

(३००) 'दोन पद्धतींमार्फत किंवा दोन स्तरांवर भूगोल अभ्यासता येईल ज्यामुळे त्यात सर्वसामान्य भूगोल आणि विशिष्ट भूगोल, असा फरक करता येतो.' - असे कोणी सांगितले?

(a) कार्ल रिटर (b) कुलब्रिज आणि इस्ट

(c) हंबोल्ट (d) हॅंटिंग्टन

(३०१) 'इतिहासाचा जनक' (फादर ऑफ हिस्टरी) कोण होता?

(a) पायथॅगोरस (b) मार्को पोलो

(c) हिरोडोट्स (d) हेन्री

(३०२) 'आत्तापर्यंत होऊन गेलेल्या शास्त्रोक्त प्रवाशांमध्ये (सायंटिफिक ट्रॅव्हेलर्स), सर्वश्रेष्ठ' - असे हंबोल्डटविषयी कोणी म्हटले?

(a) व्हॅरेनियस (b) कार्ल रिटर
(c) इम्यानुएल कांट (d) चार्लस डार्विन

(३०३) कोणाच्या भौगोलिक सिद्धांताला 'डिटरमिनिझम' असे म्हटले गेले? (डिटरमिनिझम - 'सर्व गोष्टी पूर्वी ठरल्याप्रमाणे घडणार' - हा सिद्धान्त)
(a) ब्लांच (b) हेन्री
(c) एल्स्वर्थ हंटिंग्टन (d) कार्ल रिटर

(३०४) 'मानव म्हणजे निष्क्रिय साधने (पॅसिव्ह एजंट्स) असतात, तर जड पर्यावरण (फिजिकल एनव्हायरमेंट) सक्रिय (ॲक्टिव्ह) असते.' - या प्रतिपादनातून कोणता भौगोलिक दृष्टिकोन प्रतिबिंबित होतो?
(a) पॉसिब्लिझम - संभावनीयतेचा सिद्धान्त
(b) डिटरमिनिझम - सर्व गोष्टी पूर्वी ठरल्याप्रमाणे होतात, हा सिद्धान्त
(c) नियो (नवा) डिटरमिनिझम
(d) गुणदर्शक दृष्टिकोन (क्वॉलिटेटिव्ह अप्रोच)

(३०५) हिमनद्यांच्या (ग्लेशियर) अभ्यासाशी, पुढीलपैकी कोणते संबंधित आहे?
(a) हवामान विज्ञान (क्लायमॅटोलॉजी)
(b) भूविज्ञान (पेडॉलॉजी)
(c) जलविज्ञान (हायड्रॉलॉजी)
(d) हिमनदीय विज्ञान (ग्लेशियॉलॉजी)

(३०६) नकाशे आणि तक्ते (चार्ट्स) बनविण्याच्या विज्ञानाचे दुसरे नाव आहे:-
(a) भू आकृति विज्ञान (जियोमॉर्फोलॉजी)
(b) भूविज्ञान (जियॉलॉजी)
(c) समुद्रविज्ञान (ओशियानोग्राफी)
(d) यांपैकी कोणतेही नाही

(३०७) "जॉग्रफी" (भूगोल) हा शब्द सर्वप्रथम कोणी वापरला?
(a) हिरोडोट्स (b) टोलेमी
(c) एरॅस्टोस्थेनस (d) अल इद्रिसी

(३०८) स्तरांच्या उतरत्या योग्य अनुक्रमानुसार, पृथ्वीच्या घडणीविषयीचे पुढीलपैकी कोणते उत्तर योग्य आहे?
(a) वातावरण (ॲटमॉस्फियर), जलावरण (हायड्रोस्फियर), शिलावरण (लिथोस्फियर), भारावरण (बॅरीस्फियर)
(b) भारावरण, जलावरण, शिलावरण, वातावरण
(c) जलावरण, वातावरण, शिलावरण, भारावरण
(d) वरीलपैकी कोणतेही नाही.

(३०९) उत्तर ध्रुव (नॉर्थ पोल) नेहमी उजेडात असतो.

(a) २३ सप्टेंबर पासून २१ मार्च पर्यंत
(b) २१ मार्च पासून २३ सप्टेंबर पर्यंत
(c) २१ जून पासून २२ डिसेंबर पर्यंत
(d) २१ जूनला

(३१०) जेव्हा आपण ...... ते .... प्रवास करतो, तेव्हा दिवस आणि रात्र यामधील विषमता अधिक वाढते किंवा अधिक उघड होते.

(a) ध्रुव (पोल्स), विषुववृत्त (इक्वेटर)
(b) विषुववृत्त, ध्रुव
(c) कर्कवृत्त (ट्रॉपिक ऑफ कॅन्सर), मकरवृत्त (टॉपिक ऑफ केप्रिकॉन)
(d) मकरवृत्त, कर्कवृत्त

(३११) लंडन आणि सेंट लुईस (अमेरिका), यांच्यामध्ये ९०° रेखांशाचे (लाँजिट्यूड) अंतर आहे. म्हणून -

(a) लंडनमध्ये सूर्योदय सेंट लुईसच्या तीन तास आधी होईल.
(b) लंडनमध्ये सूर्योदय सेंट लुईसच्या तीस तासानंतर होईल.
(c) लंडनचा सूर्यास्त सेंट लुईसच्या सहा तासानंतर होईल.
(d) लंडनचा सूर्यास्त सेंट लुईसच्या सहा तास आधी होईल.

(३१२) पृथ्वीचा भूपटल (क्रस्ट), ज्वालामुखी उद्रेक, भूकंप यांच्या हालचालींना जबाबदार असणारे बळ (फोर्सेस) आहे.

(a) भौमिक बळ (टेरेस्ट्रियल फोर्सेस)
(b) विवर्तीनिक बळ (टेक्टॉनिक फोर्सेस)
(c) गुरुत्वाकर्षण बळ (ग्रॅव्हिटेशनल फोर्सेस)
(d) पर्वत निर्मिती हालचाल (माउंटन बिल्डिंग मूव्हमेंट्स)

(३१३) प्राण्यांचे शंख-शिंपले व हाडांचे सांगाडे (ॲनिमल शेल्स अँड स्केलेटन्स) यांच्या निक्षेपणामुळे (डिपॉझिट) कोणते खडक तयार होऊ शकतात?

(a) वाळू अश्म (सँड स्टोन) (b) चुनखडीचा दगड (लाइमस्टोन)
(c) स्फटिक (क्वार्ट्झ) (d) बसाल्ट - काळा खडक

(३१४) भूकंपातील समांतर (लाँजिट्यूडनल), आडव्या (ट्रान्सव्हर्स) आणि पृष्ठभागीय लहरी (सर्फेस वेव्ह्ज), ... उगम पावतात.

(a) पृथ्वीगोलाच्या (बॉडी ऑफ अर्थ) आतील नाभीतून (फोकस)
(b) पृथ्वीच्या पृष्ठभागावरील अधिकेंद्रातून (एपिसेंटर)
(c) पृथ्वीच्या पृष्ठभागावरील नाभीतून
(d) पृथ्वीगोलाच्या आतील अधिकेंद्रातून

(३१५) पृथ्वीच्या गाभ्याकडील तापमान सुमारे -

(a) २०,००० अंश सें (b) २००० अंश सें

(c) २००,००० अंश सें (d) २६,००० अंश सें

(३१६) शिलारस (मॅग्मा) जो पृथ्वीच्या पृष्ठभागावर येतो आणि नंतर त्याचे घनीकरण होते, त्याला म्हणतात -

(a) ग्रॅनाइट (b) लाव्हा

(c) स्फटिक (क्वार्ट्झ) (d) सिलिकाजन्य (सिलिकेट्स)

(३१७) खडकामधून पाणी जाऊ देण्याची खडकाची जी क्षमता असते, तिला म्हणतात.

(a) दृढीभूतता (हार्डनेस) (b) संधी जोड (जॉइंट्स)

(c) सच्छिद्रता (पोरॉसिटी) (d) पार्यता (पर्मियेबिलिटी)

(३१८) मातीचे मूळ पदार्थ (पेअरंट मटिरियल्स ऑफ सॉइल्स), वरचेवर ...... मिळते.

(a) अग्निजन्य खडक (इग्नियस रॉक्स)

(b) रूपांतरित शैल (मेटामॉर्फिक रॉक्स)

(c) जलजन्य खडक (सेडिमेंटरी रॉक्स)

(d) जीवाकारक क्रिया (बायोलॉजिकल ॲक्शन)

(३१९) मृदापार्श्वदृश्य (सॉइल प्रोफाइल) म्हणजे मातीच्या अंतर्गत असलेली पुढील व्यवस्था.

(a) तिचे क्षैतिज स्तर (हॉरिझाँटल लेयर्स)

(b) तिचे ऊर्ध्व स्तर (व्हर्टिकल लेयर्स)

(c) मृदाकण वर्ग (ग्रुप्स ऑफ सॉइल ग्रेन्स)

(d) वरीलपैकी कोणतेही नाही

(३२०) पुढीलपैकी कशांमध्ये वनस्पती कुजून तयार झालेली काळी माती (ह्युमस) असते?

(a) करडी-वाळवंटी माती (ग्रे डेझर्ट सॉइल)

(b) लाल-वाळवंटी माती (रेड डेझर्ट सॉइल)

(c) तांबूस पिंगट माती (चेस्टनट सॉइल)

(d) काळी कसदार भूमी (चेरनोझेम)

(३२१) नदीतळामध्ये (रिव्हर बेड) तयार होणारे खड्डे, हे ...... उदाहरण आहे.

(a) गंज (कोरोजन) (b) प्रवाह अपक्षय्

(c) जलीकरण (हायड्रेशन) (d) अपक्षय (इरोजन)

(३२२) संस्कृतीचा उगम (क्रेडल्स ऑफ सिव्हिलायझेशन) कोठे झाला?

(a) दऱ्या (व्हॅलीज) (b) सपाट जमीन (प्लेन्स)
(c) पठार (प्लॅट्यू) (d) टेकड्या (हिल्स)

(३२३) सपाट जमिनीची (प्लेन्स), समुद्रसपाटीवरील उंची (ॲल्टिट्यूड) सामान्यत: किती असते?

(a) समुद्र सपाटी (सी लेव्हल)
(b) समुद्र सपाटीच्या वर ५०० मीटर्सहून कमी
(c) समुद्र सपाटीच्या वर ६०० मीटर्सहून कमी
(d) समुद्र सपाटीच्या वर ८०० मीटर्सहून कमी

(३२४) पुढील सपाट जमिनींच्या प्रकारांमधून, कोणती नद्यांच्या क्रियेमुळे तयार झालेली नाही?

(a) पवनओढ मैदान (लोएस प्लेन)
(b) जलोढ मैदान (ॲल्युव्हियल प्लेन)
(c) पूरमैदान निक्षेपण (फ्लड प्लेन डिपॉसिटस)
(d) त्रिभुज प्रदेश (डेल्टाज)

(३२५) खडकाचा रंग लाल किंवा पिवळ्या रंगात बदलतो, कारण

(a) जलीकरण (हायड्रेशन)
(b) प्राणवायूशी संयोग (ऑक्सिडेशन)
(c) कार्बनीकरण (कार्बोनेशन) (d) अपर्णन (एक्सफोलियेशन)

(३२६) कोणत्याही ठिकाणाचे हवामान अनेक घटकांवर अवलंबून असते. पुढीलपैकी कोणता, सर्वात अर्थपूर्ण आहे?

(a) समुद्रापासूनचे अंतर (b) वाऱ्यांची दिशा
(c) अक्षांश (लॅटिट्यूड) (d) सागरी प्रवाह (ओशन करंट्स)

(३२७) ज्या भूशिरांना (पॉइंट्स) समप्रमाणात सूर्यप्रकाश मिळतो, त्यांना हवामानाच्या नकाशावर जोडणाऱ्या रेषेला म्हणतात -

(a) समप्रकाश रेषा (आयसोहेल) (b) समभाररेषा (आयसोबार)
(c) आयसोदेयर (d) समतापरेषा (आयसोथर्म)

(३२८) हवामानाशी संबंधित असलेल्या बहुतेक घडामोडी कुठे होतात?

(a) आयोनोस्फियर (b) स्थितांबर (स्ट्रॅटोस्फियर)
(c) तपांबर (ट्रॉपोस्फियर) (d) मेसोस्फियर

(३२९) सिमला आणि अमृतसर, दोन्ही एकाच अक्षांशावर (लॅटिट्यूड) असले तरी, सिमला अमृतसरहून थंड आहे. याचे कारण काय?

(a) सिमला अधिक उत्तरेस आहे.

(b) अमृतसरपेक्षा सिमला, समुद्रसपाटीहून अधिक उंचीवर आहे.
(c) सिमला विषुववृत्तापासून (इक्वेटर) अधिक दूर आहे.
(d) त्यांचे रेखांश वेगळे आहेत. (रेखांश-लाँजिट्यूड)

(३३०) गरजणारे चाळीस (रोअरिंग फॉर्टीज) म्हणजे -
(a) ॲटलांटिक महासागरातील प्रमुख जलप्रवाहांपैकी एक
(b) पश्चिमी वारे (वेस्टर्ली विंड्स)
(c) यु. एस. एस. आर. मधली सर्वात मोठी व सर्वात धोकादायक नदी
(d) जगातील सर्वात मोठ्या धबधब्याला दिलेले नाव

(३३१) वाऱ्यांचा वेग पुढीलपैकी कशाशी संबंधित आहे?
(a) पृथ्वीचे परिभ्रमण (रेव्होल्यूशन ऑफ अर्थ)
(b) पृथ्वीचे स्वत:च्या आसाभोवती फिरणे. (रोटेशन ऑफ अर्थ)
(c) तापमान (टेंपरेचर) (d) भारप्रवणता (प्रेशर ग्रेडियेंट)

(३३२) प्रदूषणामुळे वातावरणातील कार्बन द्विप्राणिदाच्या (कार्बनडाय ऑक्साइड) अतिरेकामुळे - काय होईल?
(a) पृथ्वीचे तापमान वाढेल.
(b) पृथ्वीच्या तापमानात घट होईल.
(c) पृथ्वीच्या तापमानात कोणताही बदल होणार नाही.
(d) पृथ्वीवर पोहोचणाऱ्या नील किरणांच्या (अल्ट्रा व्हायोलेट रेज) सौर विकिरणात (रेडियेशन) वाढ होईल.

(३३३) जे सौर विकिरण (रेडियेशन) पृथ्वीच्या वातावरणास तापवते, ते कोणापासून येते?
(a) सूर्य (b) पृथ्वी
(c) आयोनोस्फियर (d) सूर्य आणि पृथ्वी

(३३४) समुद्राजवळ जे धुके सर्वसाधारणत: तयार होते, ते ...... या प्रकारचे असते.
(a) सौर विकिरण (रेडियेशन) (b) अभिवहन (ॲड्व्हेक्शन)
(c) सीमाग्र (फ्रंटल) (d) प्रकमण (कन्व्हेक्शन)

(३३५) काष्ठतंतू (वुड सेल्यूलोझ) चे दुसरे नाव आहे -
(a) कृत्रिम रेशीम (रेयॉन) (b) बॅलाटा
(c) टॅनिन (d) बुचाच्या झाडाची साल (कॉर्क)

(३३६) जगामध्ये वनांचे प्रमाण किती टक्के आहे?
(a) २५% हून अधिक (b) १५ ते २०%
(c) १५% हून कमी (d) २० ते २५%

(३३७) कोकोच्या पानांपासून कोणते उत्पादन तयार होते?
(a) कोको पेय (b) कोकेन (c) क्विनाइन (d) कापूर (कँफर)

(३३८) 'प्रवाळभित्ती' (कोरल रीफ) या सर्वसामान्यत: कोठे आहेत?
(a) हिंदी महासागर (इंडियन ओशन)
(b) प्रशांत महासागर (पॅसिफिक ओशन)
(c) अॅटलांटिक महासागर (d) भूमध्य सागर (मेडिटेरियन सी)

(३३९) समुद्रकिनाऱ्यावरील क्षारता (सॅलिनिटी) -
(a) उतरलेली असते (b) वाढलेली असते
(c) स्थिर असते
(d) परिणाम न झालेली असते

(३४०) पुढीलपैकी कोणता महासागर, एका किनाऱ्यावर आशियाला स्पर्श करतो आणि दुसऱ्या किनाऱ्यावर अमेरिकेला स्पर्श करतो?
(a) हिंदी महासागर (b) प्रशांत महासागर
(c) अॅटलांटिक महासागर
(d) दक्षिण ध्रुवीय महासागर (अंटार्क्टिक ओशन)

(३४१) पुढीलपैकी कोणत्या उपजाती मॉंगोलाइडच्या आहेत?
(a) बांटू (b) एक्सिमॉइड (c) नॉर्डिक (d) आल्पाईन

(३४२) पुढीलपैकी कोणता एक, मानवातील सर्वात लहान कदाचा विशिष्ट वर्ग (स्पिशीज) आहे?
(a) लॅप्स (b) पिग्मी (c) डायक (d) वेड्डा

(३४३) पुढीलपैकी कोणता देश जगातील सर्वात जास्त लोकसंख्या घनता असलेला देश आहे?
(a) चीन (b) भारत (c) सिंगापूर (d) कॅनडा

(३४४) जगातील शहरी लोकसंख्या, तिथल्या ग्रामीण लोकसंख्येहून अधिक वेगाने वाढत आहे. याचे प्रमुख कारण आहे.
(a) शहरांमधील उच्च जननप्रमाण (हाय बर्थ रेट)
(b) ग्रामीण भागातून शहरी भागांकडे स्थलांतर (मायग्रेशन)
(c) ग्रामीण भागातील उच्च मृत्युप्रमाण (हाय डेथ रेट)
(d) शहरी भागातील निम्न मृत्युप्रमाण (लो डेथ रेट)

(३४५) पुढीलपैकी कोणता प्रदेश जगातील सर्वात जास्त लोकसंख्या घनता असलेला प्रदेश आहे?
(a) मान्सून आशिया (b) उत्तर पश्चिम युरोप
(c) उत्तर पूर्व यू. एस. ए. (d) अॅमेझॉन खोरे (बेसिन)

(३४६) पुढीलपैकी कोणता आफ्रिकेतील आदिवासी जमातीचा (ट्रायबल) गट आहे?

(a) एस्किमो (b) ऐनू

(c) फूला (d) अबॉरिजिन (मूळचे रहिवासी)

(३४७) जपानच्या प्रमुख टोळी जमातीचे (ट्राइब) नाव द्या.

(a) फूला (b) एस्किमो (c) ऐनू (d) हॉटेनटॉट

(३४८) जनसंख्येची अधिक घनता कशासाठी अनुकूल असते?

(a) भांडवलाची घडण (b) कृषिविषयक वाढ

(c) औद्योगिक वाढ (d) कामगार वर्गाचा पुरवठा

(३४९) युरोपातील बहुतांशी लोक ..... आहेत.

(a) मॉंगोलाईड (b) दिनारी (c) कॉकेसॉइड (d) ॲल्पानॉइड

(३५०) कोणत्या देशाचे लोकसंख्याविषयक धोरण, उच्च जननप्रमाणाला (हाय बर्थ रेट) अनुकूल आहे?

(a) जपान (b) फ्रान्स (c) कॅनडा (d) जर्मनी

(३५१) मच्छिमारीचे (फिशिंग) जगातील सर्वात मोठे स्थान कोणते?

(a) जपान-समुद्र (सी ऑफ जपान) (b) उत्तरी समुद्र (नॉर्थ सी)

(c) उत्तर-पूर्व प्रशांत (नॉर्थ ईस्ट पॅसिफिक)

(d) न्यूफाउंडलॅण्ड्स समुद्र (वॉटर्स)

(३५२) कॉफी उत्पादनात जगात अग्रभागी आहे -

(a) टर्की (b) ब्राझिल (c) व्हेनेझुएला (d) क्यूबा

(३५३) नैसर्गिक रबर उत्पादनात वरचढ आहे.

(a) यू. एस. ए. (b) पश्चिमी युरोप

(c) दक्षिण-पूर्व आशिया (d) दक्षिण अमेरिका

(३५४) भाताच्या शेतात (पॅडी फील्ड्स) मत्स्यपालन (फिश फार्मिंग) कोठे केले जाते -

(a) आफ्रिका (b) दक्षिण आफ्रिका

(c) चीन (d) पेरू आणि ब्राझिल

(३५५) पुढीलपैकी कोणती राज्ये, भारतातील बॉक्साइटची सर्वात प्रमुख उत्पादक आहेत?

(a) कर्नाटक आणि ओरिसा (b) ओरिसा आणि गोवा

(c) मध्यप्रदेश आणि राजस्थान (d) झारखंड आणि मध्यप्रदेश

(३५६) युरेनियमच्या मुख्य कच्च्या धातूचे (ओअर) नाव द्या.

(a) सिनाबार (b) पिचब्लेंड

(c) आर्जेंटाइट (d) बॉक्साइट

(३५७) 'पांढरा दगडी कोळसा' (व्हाइट कोल) म्हणजे

(a) युरेनियम (b) जलविद्युत्शक्ती (हायड्रो इलेक्ट्रिसिटी)
(c) बर्फ (d) हिरा

(३५८) खनिज तेलाचे (मिनरल ऑइल) अग्रेसर उत्पादक कोण?

(a) कझागिस्तान (b) भारत (c) मलेशिया (d) सौदी अरेबिया

(३५९) कोणता देश त्याच्या उच्च विकसित दुग्धव्यवसायासाठी (डेअरी इंडस्ट्री) प्रसिद्ध आहे?

(a) न्यूझीलंड (b) डेन्मार्क (c) ऑस्ट्रेलिया (d) इटली

(३६०) पुढीलपैकी कोणत्याला 'तटस्थ असे लहान राज्य' (बफर स्टेट) असे मानले जात होते?

(a) फ्रान्स (b) स्वित्झर्लंड (c) बेल्जियम (d) पश्चिम जर्मनी

(३६१) जगातील 'मांसाचे शहर' (मीट सिटी) कोणते?

(a) न्यूयॉर्क (b) ॲडलेड (c) शिकागो (d) डेट्रॉइट

(३६२) 'ॲपल' (APPLE) म्हणजे काय?

(a) एयर पॅसेंजर्स एक्सपेरिमेंट
(b) एरियल पॅसेंजर्स पेलोड एक्सपेरिमेंट
(c) एरियन पॅसेंजर पेलोड एक्सपेरिमेंट
(d) यांपैकी कोणताही नाही

(३६३) युरोपीय आणि आशियाई देशांना जोडणारा समुद्री समीपमार्ग (शॉर्टकट सी रूट) कशामुळे मिळाला?

(a) केप ऑफ गुड होप (b) सुएझ कालवा (कॅनाल)
(c) पनामा कालवा (कॅनाल) (d) उत्तर ॲटलांटिक मार्ग

(३६४) १९१४ साली, पनामा कालवा बांधला गेल्यामुळे दीर्घ आणि खडतर जलपर्यटन दूर केले गेले.

(a) वादळी केप हॉर्न भोवतालचे (b) केप ऑफ गुड होप भोवतालचे
(c) उत्तर आणि दक्षिण अमेरिकेच्या मधले
(d) वादळी ॲटलांटिक महासागरामधले

(३६५) पुढीलपैकी कोणता मार्ग, सर्वात व्यस्त असलेला महासागरी व्यापार मार्ग आहे?

(a) सुएझ कालवा (b) केप ऑफ गुड होप
(c) उत्तर ॲटलांटिक (d) पनामा कालवा

(३६६) सुएझ कालव्यामुळे जोडले जातात -

(a) भूमध्यसागर (मेडिटरेनियन सी) आणि कॅरिबियन समुद्र

(b) काळा समुद्र (ब्लॅक सी) आणि बाल्टिक समुद्र
(c) लाल समुद्र (रेड सी) आणि भूमध्यसागर (मेडिटरेनियन सी)
(d) अरबी समुद्र आणि लाल समुद्र

(३६७) जहाजी मार्ग ठरविताना, पुढीलपैकी काय विचारात घेतले जाते?
(a) समुद्राची अथांगता (सी डेप्थ) (b) बंदरांची उपलब्धता
(c) प्रदेशातील हवामान (d) वरील सर्व

(३६८) कोणती सामुद्रधुनी (स्ट्रेट) युरोपला आफ्रिकेपासून अलग करते?
(a) बॉस्पोरस (b) जिब्राल्टर (c) बेरिंग (d) डोव्हर

(३६९) मॉस्को ते सॅन फ्रॅन्सिस्को मधील सर्वात जवळचा हवाई मार्ग -
(a) अॅटलांटिक महासागरावरून
(b) प्रशांत (पॅसिफिक) वरून, सायबेरियामार्गे
(c) उत्तर ध्रुवावरून (नॉर्थ पोल)
(d) या सर्वांमधून जाणाऱ्या अक्षांशांमधून (लॅटिट्यूड)

(३७०) 'ट्रान्स-सायबेरियन' रेल्वेमुळे जोडले जातात -
(a) हॅलिफॅक्स ते व्हॅन्कूव्हर (b) सिडनी ते पर्थ
(c) कायरो ते केपटाऊन (d) सेंट पीटर्सबर्ग ते व्ह्लॉडिव्होस्टोक

(३७१) जगातील सर्वात मोठे रेल्वे-जंक्शन कोणते आहे?
(a) न्यूयॉर्क (b) बोस्टन (c) शिकागो (d) फिलाडेल्फिया

(३७२) पुढीलपैकी कोणती नदी, जलवाहतुकीसाठी जगातील सर्वात योग्य नदी आहे?
(a) डॅन्यूब (b) ऱ्हाईन (c) मिसीसिपी (d) नाईल

(३७३) कोणत्या देशात रेल्वेचे सर्वात दाट जाळे (डेन्स रेल्वे नेटवर्क) आहे?
(a) चीन (b) यू. एस. ए. (c) रशिया (d) भारत

(३७४) ई. ई. सी. (E. E. C. - युरोपियन इकॉनॉमिक कम्युनिटी), चे रूपांतर ई. यु. (EU - युरोपियन युनियन) मध्ये कधी झाले?
(a) १९९२ (b) १९९५ (c) १९९६ (d) १९९१

(३७५) पुढीलपैकी कोण, ओ. पी. ई. सी. (OPEC) चा सदस्य नाही?
(a) सौदी अरेबिया (b) इंडोनेशिया (c) भारत (d) व्हेनेझुएला

(३७६) ए. एस. ई. ए. एन. (ASEAN) ची स्थापना कधी झाली?
(a) १९६६ (b) १९६७ (c) १९७६ (d) १९७७

(३७७) १७ वे समांतर (पॅरालल) कशाला वेगळे करते?
(a) दक्षिण आणि उत्तर अमेरिका (b) उत्तर आणि दक्षिण कोरिया
(c) दक्षिण आणि उत्तर व्हिएटनाम (d) दक्षिण आणि उत्तर येमेन

(३७८) 'रॅडक्लिफ लाईन' ही रेषा कोणत्या देशांमधील सीमारेषा आहे?

(a) भारत आणि चीन (b) भारत आणि पाकिस्तान

(c) पाकिस्तान आणि अफगाणिस्तान (d) भारत आणि अफगाणिस्तान

(३७९) अरुणाचल प्रदेशात सूर्योदय गुजरातेतील द्वारकेच्या दोन तास आधी होतो. हे असे होते कारण आधीचा प्रदेश -

(a) द्वारकेहून अधिक उंचीवर (एलेव्हेशन) आहे.

(b) तो द्वारकेहून पुढे, अधिक उत्तरेस आहे.

(c) तो द्वारकेहून पुढे पूर्वेस (सुमारे ३०० रेखांशावर) आहे.

(d) तो द्वारकेच्या सुमारे ३०० पूर्वेस आहे आणि पृथ्वी पश्चिमेपासून पूर्वेकडे परिभ्रमण करते.

(३८०) लक्षद्वीप बेटे कुठे आहेत?

(a) अरबी समुद्र (b) पाल्क सागुद्रधुनी (स्ट्रेट)

(c) हिंद महासागर (d) बंगालची खाडी (बे ऑफ बेंगाल)

(३८१) पुढे देण्यात आलेल्या भारतीय राज्यांपैकी कोणते राज्य संपूर्णपणे पृथ्वीच्या उष्ण कटिबंधीय क्षेत्रात (ट्रॉपिकल झोन) नाही?

(a) केरळ आणि तमिळनाडू (b) गुजरात

(c) कर्नाटक (d) महाराष्ट्र आणि आंध्रप्रदेश

(३८२) पुढीलपैकी कोणते भारतीय द्वीप भारत आणि श्रीलंकेच्या मध्ये आहे?

(a) एलिफंटा (b) निकोबार (c) रामेश्वरम् (d) सालसेट

(३८३) भौगोलिक इतिहासानुसार, पुढीलपैकी कोणते पर्वत सर्वात प्राचीन आहेत?

(a) निलगिरी (b) सातपुडा माला

(c) विंध्य (d) अरवली

(३८४) निलगिरी कशाचा भाग आहेत?

(a) पूर्वीय घाट (b) पश्चिमी घाट

(c) विंध्याचल (d) तमिळनाडू टेकड्या

(३८५) पुढीलपैकी कोणते, अतिआर्द्रता, घनदाट जंगल आणि जंगली प्राण्यांची विविधता, या गुणवर्णनाने परिपूर्ण आहे?

(a) भागर (b) भांगर (c) तराई (d) खादार

(३८६) कावेरी नदी कोणत्या राज्यांमधून वाहते?

(a) मध्यप्रदेश, महाराष्ट्र आणि तमिळनाडू

(b) कर्नाटक, केरळ आणि तमिळनाडू

(c) मध्यप्रदेश, गुजरात आणि तमिळनाडू

(d) केरळ, कर्नाटक आणि आंध्रप्रदेश

(३८७) पुढीलपैकी कोणत्या, नद्या जवळ जवळ एकाच स्थानावरून सुरू होतात?
(a) गंगा आणि सिंधू (इंडस) (b) गंगा आणि ब्रह्मपुत्रा
(c) बियास आणि तापी (d) सिंधू आणि ब्रह्मपुत्रा

(३८८) पुढीलपैकी कोणती नदी 'नदीमुख' (एस्ट्युअरी) तयार करते?
(a) कावेरी (b) कृष्णा (c) नर्मदा (d) गंगा

(३८९) दामोदर नदी कोठे जाऊन मिळते?
(a) गंगा नदी (b) हुबळी नदी
(c) बंगालची खाडी (बे ऑफ बेंगाल) (d) क्षार सरोवर (सॉल्ट लेक)

(३९०) पुढीलपैकी कोणती नदी, दख्खनचे पठार उत्तर हिंदुस्थानापासून विभागते?
(a) चंबळ (b) कृष्णा (c) गोदावरी (d) नर्मदा

(३९१) पश्चिमी घाटातून पश्चिमेस वाहणाऱ्या बहुतांशी नद्या, त्रिभुज प्रदेश तयार करत नाहीत, कारण -
(a) झिजलेल्या द्रव्याचा (इरोडेड मटेरियल) अभाव
(b) तीव्र उतार (हाय ग्रेडियेंट)
(c) वनस्पतीमुक्त भागांचा अभाव
(d) कमी वेग (लो व्हेलॉसिटी)

(३९२) पुढीलपैकी कोणती नदी कृष्णा नदीची सहायक नदी (ट्रिब्युटरी) नाही?
(a) तुंगभद्रा (b) मलप्रभा
(c) घटप्रभा (d) अमरावती

(३९३) सर्वात मोठी द्वीपकल्पीय नदी (पेनिन्सूलर रिव्हर) आहे.
(a) महानदी (b) गोदावरी (c) कृष्णा (d) कावेरी

(३९४) 'ऑक्टोबरचा उष्मा (हीट)' ला कारणीभूत असतो -
(a) पावसाचा अभाव
(b) अतिआर्द्रता (एक्सेसिव्ह ह्यूमिडिटी) आणि उच्च तापमानाचा संयोग
(c) शुष्क, उष्ण हवामान
(d) वरील कोणतेही नाही

(३९५) एखाद्या भागावर अवनमन (डिप्रेशन) असल्याचे भाकित वेधशाळा करते; याचा अर्थ आहे.
(a) ढगाळलेले आकाश
(b) सभोवारील भागांच्या तुलनेत, त्या भागातील वायुभार कमी असतो.
(c) जड हवा (हेवी वेदर) ज्यामुळे औदासीन्याची भावना (फीलिंग ऑफ डिप्रेशन) होते.
(d) बऱ्याच मोठ्या भागावर वायुभार कमी असणे.

(३९६) माघार घेणारा मान्सून, (रिट्रीटींग) स्वत:ला ..... मागे घेतो.

(a) पश्चिम किनाऱ्याकडून पूर्व किनाऱ्याकडे

(b) उत्तर-पूर्व भारताकडून पश्चिम किनाऱ्याकडे

(c) उत्तरेकडून दक्षिणेकडे

(d) उत्तर-पश्चिम भारतातून बंगालकडे आणि नंतर केरळकडे

(३९७) कोणत्या ठिकाणी तुम्हाला डिसेंबरमध्ये सर्वात जास्त सूर्यप्रकाश दिसेल?

(a) कन्याकुमारी (b) पुणे (c) कोलकता (d) लेह

(३९८) पुढीलपैकी कोणते, भारतातील हवामानावर प्रभाव पाडत नाही?

(a) विषुववृत्ताची (इक्वेटर) नजीकता

(b) हिंद महासागराचे सान्निध्य (प्रेझेन्स)

(c) मान्सून

(d) सागरी प्रवाह (ओशन करंट्स)

(३९९) मान्सून पर्जन्यवृष्टीची एकूण तीव्रता (इंटेन्सिटी), ... पुनरावृत्तीमुळे ठरविली जाते.

(a) पश्चिमी प्रक्षोभण (वेस्टर्न डिस्टर्बन्सेस)

(b) धुळीची वादळे

(c) चक्रवात (सायक्लोन)

(d) उष्ण कटिबंधीय अवनमन (ट्रॉपिकल डिप्रेशन्स)

(४००) राजस्थानमध्ये फारच कमी पाऊस पडतो; कारण -

(a) तिथे फारच उष्णता असते.

(b) पाणी नसल्यामुळे, वारे कोरडे राहतात.

(c) या प्रदेशात मान्सून पोहोचत नाहीत.

(d) वारे थंड होण्यासाठी आवश्यक असलेले उत्थान (अपलिफ्ट) घडवून आणण्यासाठी आवश्यक असलेले अडथळे वाऱ्यांसमोर येत नाहीत.

(४०१) पुढीलपैकी कोणत्या राज्यात अगदी कमी जलोढमृदा (अल्युव्हियल सॉइल) सापडते?

(a) बिहार (b) मध्यप्रदेश

(c) तमिळनाडू (d) पंजाब

(४०२) भारतातील इंडो-गँजेटिक (गंगेचे) मैदान अतिशय सुपीक आहे. कारण -

(a) वेळेवर होणारी जोरदार पर्जन्यवृष्टी आणि जंगले

(b) डोंगरांमधून नद्यांनी वाहून आणलेली जलोढमृदा

(c) पिढ्यानुपिढ्या परिश्रम करत आलेल्या शेतकऱ्यांचे प्रयत्न

(d) अधिक चांगल्या सिंचनसुविधा

(४०३) फुलांचे विविध प्रकार सर्वात जास्त कुठे सापडतात?
(a) केरळ (b) उत्तर प्रदेश (टेकड्या)
(c) आसाम (d) सिक्किम

(४०४) कापसाचे पीक काढण्यासाठी, काळी माती (ब्लॅक सॉइल) अगदी उत्कृष्ट असते. कारण -
(a) तिचा रंग काळा असतो.
(b) ती आर्द्रता राखून ठेवू शकते.
(c) ती लाव्हापासून बनलेली असते.
(d) ती पठारी भागांमध्ये आढळून येते.

(४०५) भारतातील कोणत्या राज्यात सर्वात मोठा प्रदेश जंगलांनी व्याप्त आहे?
(a) हिमाचल प्रदेश (b) मध्यप्रदेश (c) कर्नाटक (d) आसाम

(४०६) पर्यावरणीय समतोल सांभाळण्यासाठी जंगलांचे कमीतकमी आच्छादन किती असायला हवे?
(a) एकूण भूमिक्षेत्राच्या ५०% (b) एकूण भूमिक्षेत्राच्या ४०%
(c) एकूण भूमिक्षेत्राच्या ३३% (d) एकूण भूमिक्षेत्राच्या २५%

(४०७) उष्ण कटिबंधीय पर्णपाती झाडे (टॉपिकल डेसिड्युअस प्लांटस) जी दख्खनात (डेक्कन) खास आढळतात -
(a) टीक (b) शिसम (c) चंदन (d) साल

(४०८) केरळातील 'पेरियार सँक्चुअरी' हे वन्य प्राण्यांचे अभयारण्य .... साठी प्रसिद्ध आहे.
(a) वाघ (b) जंगली हत्ती
(c) सिंह (d) ठिपक्यांची हरणे

(४०९) भारतीय सिहांसाठी, कोणते अभयारण्य पर्यायी वसतिस्थान म्हणून निवडले गेले आहे?
(a) बांदीपूर अभयारण्य, (कर्नाटक) (b) घाणा अभयारण्य (राजस्थान)
(c) पेरियार अभयारण्य (केरळ) (d) चंद्रप्रभा अभयारण्य (उत्तर प्रदेश)

(४१०) अर्थव्यवस्थेच्या दृष्टीने, भारतातील सर्वात महत्त्वपूर्ण अरण्ये आहेत-
(a) वेलावन (टायडल फॉरेस्ट्स)
(b) काटेरी वन (थॉर्न फॉरेस्ट्स)
(c) सदापर्णीवन (एव्हरग्रीन फॉरेस्ट्स)
(d) उष्ण कटिबंधीय पर्णपातीवन (ट्रॉपिकल डेसिड्युअर फॉरेस्ट्स)

(४११) युगानुयुगे, भारतात येणाऱ्या लोकांच्या झुंडी, सर्वात अधिक संख्येने पुढील मार्गाद्वारे आल्या -

(a) पश्चिमी हिमालयी खिंडी (b) तिबेट
(c) समुद्र (d) पूर्वीय हिमालयी खिंडी

(४१२) भारतात सर्वात पूर्वी आलेले 'नेग्रिटो' होते, असे मानले जाते. पुढीलपैकी कोणत्या ठिकाणी ते आता सापडतात?
(a) पंजाब (b) राजस्थान (c) उत्तर प्रदेश (d) अंदमान द्वीप

(४१३) पुढीलपैकी कोणता वांशिकवर्ग (रेशियल ग्रुप) सर्वतोमुखी 'आर्यन' या नावाने ओळखला जातो?
(a) प्रोटो ऑस्ट्रलॉइड्स (b) भूमध्यीय (मेडिटरेनियन्स)
(c) ब्रॅचीसेफल्स (d) नॉर्डिक

(४१४) 'सिंधू खोऱ्यातील संस्कृती' (इंड्स व्हॅली सिव्हिलायझेशन) ...... वांशिक घराण्यांवर आधारित होती.
(a) भूमध्यीय (मेडिटरेनियन) (b) नॉर्डिक
(c) नेग्रिटो (d) वरील कोणीही नाही

(४१५) भारतातील भाषांची विविधता, जी माहिती देते ती आहे -
(a) प्रादेशिक विविधता (b) आदिवासी-जमात (ट्राईब्ज)
(c) देशाचे क्षेत्रफळ (d) हवामानीय भिन्नता

(४१६) युरोपातील सहा देशांतून धावणारी रेल्वे कोणती?
(a) युरोस्टार (b) टी. जी. व्ही.
(c) गोल्डन ॲरो (d) ओरिएन्ट एक्सप्रेस

(४१७) बंगाली, हिंदी, गुजराती व मराठी या भाषा कोणत्या भाषाशास्त्रीय कुटुंबाशी (लिंग्विस्टिक फॅमिली) जोडलेल्या आहेत?
(a) आर्यन (b) द्रविडी
(c) ऑस्ट्रिक (d) वरीलपैकी कोणतीही नाही.

(४१८) तमिळ, तेलुगू, आणि मल्याळम् या भाषा कोणत्या भाषाशास्त्रीय कुटुंबातील आहेत?
(a) आर्यन (b) द्रविडी
(c) ऑस्ट्रिक (d) वरीलपैकी कोणतेही नाही

(४१९) लिंग गुणोत्तर (सेक्स रेशियो) सर्वात कमी कुठे आहे?
(a) पंजाब (b) अंदमान आणि निकोबार द्वीप
(c) राजस्थान (d) सिक्किम

(४२०) पुढीलपैकी कोणते राज्य, आदिवासी जमातीच्या (ट्रायबल्स) सर्वाधिक लोकसंख्येला आधार देते?
(a) मध्यप्रदेश (b) आंध्रप्रदेश (c) सिक्किम (d) नागालँड

(४२१) भारताच्या एकूण लोकसंख्येपैकी, अनुसूचित जमातींची (शेड्युल्ड ट्राइब्स) लोकसंख्या .....% आहे.

(a) १३% (b) १२% (c) ८% (d) ४%

(४२२) भारतातील अनुसूचित जमातींच्या लोकसंख्येत, सर्वाधिक टक्केवारी आहे.

(a) संथाल (b) भिल्ल (c) मुंडा (d) नागा

(४२३) भारतातील साक्षर व्यक्तींची टक्केवारी -

(a) स्त्रियांपेक्षा पुरुषांमध्ये कमी आहे.

(b) ग्रामीणपेक्षा शहरी भागात कमी आहे.

(c) पुरुषांमध्ये उच्च आहे.

(d) पुरुष आणि स्त्रियांमध्ये जवळजवळ समान आहे.

(४२४) कोणत्या केंद्रशासित प्रदेशात (युनियन टेरिटरी) साक्षरताप्रमाण सर्वात उच्च आहे?

(a) दिल्ली (b) दादरा आणि नगर हवेली

(c) चंदीगड (d) पाँडिचेरी

(४२५) कोणत्या दशकात लोकसंख्येने वाढीच्या प्रमाणात नकारात्मक नोंद केली? (नेगेटिव्ह ग्रोथ रेट)

(a) १९२१-३१ (b) १९११-२१ (c) १९४१-५१ (d) १९३१-४१

(४२६) कोणत्या भागात झोरॉस्ट्रियन (पारशी) लोक एकवटले आहेत?

(a) तमिळनाडू (b) आंध्रप्रदेश

(c) महाराष्ट्र (d) मध्यप्रदेश

(४२७) भारतातील शहरीकरणाच्या परिणामातील प्रमुख परिणाम आहे -

(a) शहरांमध्ये प्रमाणाबाहेर गर्दी (b) अधिक नोकऱ्या उपलब्ध

(c) राहणीमानाचा दर्जा खालावणे (d) थंडावलेली (स्टॅग्नंट) शेती

(४२८) पुढीलपैकी, भारतातील सर्वात अधिक शहरी झालेला समाज आहे -

(a) मुस्लीम (b) हिंदू

(c) पारसी (d) गुजराती

(४२९) भारताच्या अवलंबित्वाच्या उच्च गुणोत्तरविषयक (हाय डिपेंडन्सी रेशो) कारणांपैकी, पुढील कोणते कारण योग्य आहे?

(a) लोकसंख्यावाढीचे उच्च प्रमाण.

(b) वृद्ध लोकांची संख्या अधिक आहे.

(c) लोकसंख्येचा मोठा हिस्सा (जवळ जवळ ४२%) ० - १४ वर्षे वयोगटात आहे.

(d) मनुष्यबळ कमी आहे.

(४३०) २००१ सालच्या शिरगणतीनुसार, पुढीलपैकी कोणत्या राज्यामध्ये सर्वाधिक लोकसंख्येची घनता आहे.
(a) केरळ (b) मध्यप्रदेश (c) उत्तरप्रदेश (d) पश्चिम बंगाल

(४३१) पुढीलपैकी कोणत्या राज्यात कोकणी प्रमुख भाषा आहे?
(a) कर्नाटक (b) गोवा (c) केरळ (d) महाराष्ट्र

(४३२) योग्य उतरत्या क्रमात, भारतातील तीन सर्वाधिक शहरीकरण झालेली राज्ये आहेत -
(a) महाराष्ट्र, गुजरात, तमिळनाडू (b) महाराष्ट्र, गुजरात, कर्नाटक
(c) गुजरात, महाराष्ट्र, तमिळनाडू (d) महाराष्ट्र, कर्नाटक

(४३३) सर्वाधिक लोकसंख्या असलेले शहर कोणते?
(a) कोलकाता (b) दिल्ली (c) बृहन्मुंबई (d) चेन्नई

(४३४) सर्वात महत्त्वाचे रब्बी पीक आहे -
(a) जव (बार्ली) (b) ताग (ज्यूट) (c) गहू (d) तांदूळ

(४३५) भारतात, उसाचे सर्वाधिक पीक उत्पादन करणारे राज्य आहे -
(a) पंजाब (b) आंध्र प्रदेश (c) उत्तर प्रदेश (d) गुजरात

(४३६) स्वतंत्रता मिळाल्यानंतर कोणता विविधरंगी प्रकल्प सर्वप्रथम हाती घेण्यात आला?
(a) भाक्रा-नानगल प्रकल्प (b) दामोदर खोरे (व्हॅली) प्रकल्प
(c) कोसी प्रकल्प (d) यांपैकी कोणताही नाही

(४३७) जगातील सर्वात लांब दगडी बांधकामाचे धरण आहे -
(a) हिराकूड (b) भाक्रा-नानगल
(c) नागार्जुनसागर (d) आस्वान

(४३८) भारतातील सर्वात मोठा बहुउद्देशीय नदी खोरे प्रकल्प कोणता?
(a) भाक्रा-नानगल (b) दामोदर खोरे प्रकल्प
(c) नागार्जुनसागर (d) तुंगभद्रा

(४३९) पुढीलपैकी कोणत्या प्रकल्पाचे प्रशासन अनेक राज्यांकडून केले जाते?
(a) नागार्जुनसागर (b) कोसी (c) हिराकुड (d) तुंगभद्रा

(४४०) पुढीलपैकी कोणते राज्य काजूचे सर्वात मोठे उत्पादक आहे?
(a) कर्नाटक (b) केरळ
(c) तमिळनाडू (d) काश्मीर

(४४१) भारतातील कोणत्या प्रदेशाला 'राइस बाऊल ऑफ इंडिया' असे म्हणतात?
(a) इंडो-गँजेटिक मैदान (b) कृष्णा-गोदावरी त्रिभुज प्रदेश
(c) उत्तर-पूर्व प्रदेश (d) केरळ आणि तमिळनाडू

(४४२) पुढीलपैकी कोणते पिक भारतातील दुसऱ्या क्रमांकाचे पिक आहे?
(a) गहू (b) तांदूळ (c) ज्वारी (d) बाजरी

(४४३) उत्तम दर्जाची लोकर असणाऱ्या मेंढ्यांचे पालन केले जाते -
(a) जम्मू आणि काश्मीर (b) आंध्र प्रदेश
(c) पंजाब (d) भारतात कुठेच नाही

(४४४) जर राजस्थानात नद्या व विहिरींमार्फत पुरेसा पाणीपुरवठा केला गेला, तर पुढीलपैकी कोणते पीक, अधिक लाभदायी ठरेल?
(a) गहू (b) तांदूळ (c) कापूस (d) मका

(४४५) जो बहुउद्देशिय प्रकल्प, भारतातील सर्वाधिक प्रदेशात सिंचन करतो, तो आहे-
(a) बियास (b) भाक्रा-नानगल
(c) दामोदर खोरे (d) हिराकूड

(४४६) दक्षिण भारतात गव्हाचे पीक उत्पादन योग्य नाही कारण -
(a) तिथले हिवाळे खूप उष्ण असतात.
(b) दक्षिणेत अधिक प्रमाणात आर्द्रता असते.
(c) पाऊस खूप कमी असतो.
(d) उन्हाळ्याच्या सुरुवातीला हवामान कोरडे असते.

(४४७) राजस्थान कालवा (इंदिरा गांधी कॅनाल) त्याचे पाणी कोणत्या नदीतून घेतो?
(a) यमुना (b) चंबळ
(c) सतलज (d) सतलज आणि बियास

(४४८) उत्तर भारतात, कालवा सिंचन (कॅनाल इरिगेशन) सर्वात महत्त्वाचे आहे कारण -
(a) माती सच्छिद्र (पोरस) असते.
(b) भूमिगत पाण्याची पातळी (अंडरग्राउंड वॉटर लेव्हल) उंच असते.
(c) कालव्यांचे मूळ उगमस्थान म्हणजे बारमाही वाहणाऱ्या नद्या असतात.
(d) प्रदेश अति दाट लोकसंख्येने व्याप्त असतो.

(४४९) पुढीलपैकी कोणते, राज्य सागरी मच्छीमारीमध्ये अग्रेसर आहे?
(a) गुजरात (b) केरळ
(c) महाराष्ट्र (d) पश्चिम बंगाल

(४५०) पुढीलपैकी कोणते राज्य, अभ्रकाचे (मायका) भारतातील सर्वात मोठे उत्पादक आहे?
(a) राजस्थान (b) तमिळनाडू (c) बिहार (d) वरील सर्व

(४५१) भारतीय भूविज्ञान सर्वेक्षणातर्फे अलीकडेच लावल्या गेलेल्या टंगस्टनच्या शोधाशी पुढीलपैकी कोण संबंधित आहे?

(a) राजस्थानातील अगुचा (b) राजस्थानातील थर वाळवंट

(c) नागालँडमधील टुएनसँग (d) राजस्थानातील सिरोही

(४५२) गोंडवाना कोळशाच्या खाणी इथे सापडतात -

(a) आसाम (b) मध्यप्रदेश

(c) मेघालय (d) जम्मू आणि काश्मीर

(४५३) भारतातील उत्पादनाच्या एकूण मूल्याच्या भाषेत, लोह धातूच्या (आयर्न ओअर) च्या मागोमाग असलेला खनिज वर्ग आहे -

(a) बॉक्साइट (b) फॉस्फाइट

(c) किरकोळ खनिजे (d) वरीलपैकी कोणतेही नाही

(४५४) कोणती केंद्रीय शासकीय संस्था, खनिजांचे मानचित्रण (मॅपिंग) आणि शोध (एक्स्प्लोरेशन) लावण्यासाठी जबाबदार आहे?

(a) भारतीय भूविज्ञान सर्वेक्षण (जियॉलॉजिकल सर्व्हे ऑफ इंडिया)

(b) सर्व्हेयर जनरल

(c) राष्ट्रीय खनिज विकास निगम (नॅशनल मिनरल डेव्हलपमेंट कॉर्पोरेशन लिमिटेड)

(d) इंडियन ब्यूरो ऑफ माइन्स

(४५५) भारतात तयार होणाऱ्या रेशीम (सिल्क) उत्पादनातील सुमारे ५०% इथे होते-

(a) उत्तर प्रदेश (b) कर्नाटक

(c) पश्चिम बंगाल (d) जम्मू आणि काश्मीर

(४५६) जगामध्ये रेल्वेचे सर्वात मोठे जाळे कोणत्या देशात आहे?

(a) भारत (b) चीन (c) अमेरिका (d) रशिया

(४५७) भारतातील वृत्तपत्रांच्या कागदाचे उत्पादन इथे होत नाही.

(a) नेपानगर (मध्यप्रदेश) (b) म्हैसूर

(c) वेलबूर (केरळ) (d) नेल्लूर (आंध्रप्रदेश)

(४५८) मथुरा तेल शुद्धीकरण कारखाना (रिफायनरी), कच्च्या तेलाचा साठा (क्रूड ऑइल) कुठून मिळवतो?

(a) कांडलामार्फत निर्यात केलेला कच्चा माल

(b) कालोळ

(c) नहारकाटिया

(d) मुंबई-हाय

(४५९) पेनिसिलिनचे उत्पादन इथे होते -
(a) बंगलोर (b) चेन्नई (c) ठाणे (d) पिंपरी (पुणे)

(४६०) भारतातील कोणत्या राज्यात कापड गिरण्या आणि सुती धाग्याचे कारखाने सर्वाधिक संख्येने आहेत?
(a) आंध्र प्रदेश (b) गुजरात
(c) महाराष्ट्र (d) तमिळनाडू

(४६१) पुढीलपैकी कोणते एक शहर रेशीम विणकाम उद्योगाशी (सिल्क वीव्हिंग इंडस्ट्री) संबंधित नाही?
(a) वाराणसी (b) धर्मावरम (c) कांचीपुरम (d) सोलापूर

(४६२) भारतातील सर्वात मोठा तेल शुद्धीकरण कारखाना (ऑइल रिफायनरी) इथे आहे -
(a) विशाखापट्टनम (b) कोयाली (c) बरौनी (d) मथुरा

(४६३) भारतातील सर्वाधिक वीज कोणत्या प्रकारातून प्राप्त होते?
(a) औष्णिक (थर्मल) (b) जलविद्युत (हायड्रो इलेक्ट्रिक)
(c) अणुऊर्जा (न्यूक्लियर) (d) सौर (सोलर)

(४६४) भू-औष्णिक ऊर्जा ...... प्रदेशात बहुधा ऊर्जेचे महत्त्वपूर्ण साधन ठरू शकेल.
(a) कोकण किनारा (b) लडाख जिल्हा
(c) निलगिरी टेकड्या (d) नर्मदेचे खोरे

(४६५) या राज्यातील भूभागावर अधिकात अधिक संख्येने तेल विहिरी (ऑइल वेल्स) आहेत.
(a) गुजरात (b) महाराष्ट्र (c) आसाम (d) बिहार

(४६६) भरती-ऊर्जेच्या (टायडल एनर्जी) उत्पादनाची अधिकात अधिक संभवनीयता इथे आहे -
(a) भावनगर (b) दिग्बोई (c) कोचीन (d) लडाख

(४६७) भारतातील कोणत्या राज्यात, पृष्ठभागीय पक्क्या रस्त्यांची (सरफेस रोड्स) सर्वाधिक लांबी आहे?
(a) कर्नाटक (b) तमिळनाडू
(c) उत्तर प्रदेश (d) मध्य प्रदेश

(४६८) पुढीलपैकी कोणती संस्था देशातील प्रमुख आहे जी जलकार्बन (हायड्रोकार्बन) चे संशोधन व उत्पादन यात गुंतलेली आहे?
(a) ओ. एन. जी. सी. (b) ओ. आय. एल.
(c) एच. पी. सी. एल. (d) आय. ओ. सी.

(४६९) कोणता उद्योग (इंडस्ट्री) लोकांना अधिकात अधिक नोकऱ्या उपलब्ध करून देतो?

(a) लोखंड (आयर्न) ॲण्ड स्टील (b) सुती कापड (कॉटन टेक्स्टाईल्स)
(c) साखर उद्योग (d) चहा उत्पादन

(४७०) आंतरराष्ट्रीय खाद्य आणि कृषी संघटनेनुसार जगामध्ये सर्वात जास्त कोणते पीक घेतले जाते?

(a) ऊस (b) मका
(c) गहू (d) तांदूळ

(४७१) भारतात जगातील सर्वात उंचीवर असलेला रस्ता आहे जो ...... जोडतो.

(a) लेह आणि श्रीनगर (b) लेह आणि मनाली
(c) श्रीनगर आणि जम्मू (d) सिक्किम आणि दार्जिलिंग

(४७२) रेल्वेच्या विस्ताराच्या दृष्टीने भारताचे जगातील स्थान आहे -

(a) पहिले (b) चौथे (c) सातवे (d) पाचवे

(४७३) पुढीलपैकी कोणत्या शहरात भारतातील सर्वात मोठी गोदी (शिपयार्ड) आहे?

(a) कोलकाता (b) कोची
(c) मुंबई (d) विशाखापट्टणम्

(४७४) उपग्रहीय दळणवळणाचे (सॅटेलाइट कम्युनिकेशन) केंद्र जिथे आहे, ते आर्वी कुठे आहे?

(a) उत्तर प्रदेश (b) तमिळनाडू (c) महाराष्ट्र (d) गुजरात

(४७५) प्रकाशाला सूर्यापासून पृथ्वीवर पोहचण्यास किती सेकंद लागतात?

(a) ४९७ (b) ४४१ (c) ४०३ (d) ३९५

(४७६) भारताच्या अंतर्गत व्यापारातील सर्वात महत्त्वपूर्ण उपयुक्त व्यापारी माल (कमोडिटी) आहे -

(a) दगडी कोळसा (कोल) (b) धान्य (फूड ग्रेन्स)
(c) लोहधातू (आयर्न ओअर) (d) स्टील

(४७७) पुढील शहरांच्या जोड्यांपैकी कोणती एक जोडी, ६ रस्ते असलेल्या जलद-गती मार्गाने (एक्सप्रेस वे) जोडली गेली आहे?

(a) अहमदाबाद - वडोदरा (b) मुंबई - पुणे
(c) ढाका - चित्तगाँग (d) मुंबई - गोवा

(४७८) भारतातील पहिले अग्निबाण प्रक्षेपण केंद्र (रॉकेट लाँचिग स्टेशन) कुठे आहे?

(a) श्रीहरीकोटा (b) आर्वी (c) थुंबा (d) पोर्ट ब्लेयर

(४७९) भारताच्या पहिल्या अणुभट्टीचे (न्युक्लियर रिॲक्टर) नाव काय आहे?
(a) उर्वशी (b) अप्सरा
(c) कामिनी (d) रोहिणी

(४८०) पुढील पैकी कोणत्या गोदीत भारतीय आरमारासाठी (इंडियन नेव्ही) लढाऊ जहाजे तयार केली जातात?
(a) कोचीन शिपयार्ड, कोचीन
(b) हिंदुस्थान शिपयार्ड, विशाखापट्टणम्
(c) माझगांव डॉक, मुंबई
(d) गार्डन रीच वर्कशॉप, कोलकाता शिपयार्ड

(४८१) पुढीलपैकी कोणत्या एका राज्यांच्या गटाला, कोकण रेल्वेमुळे सर्वाधिक लाभ झाला आहे?
(a) गोवा, कर्नाटक, महाराष्ट्र
(b) मध्यप्रदेश, महाराष्ट्र, गुजरात, गोवा
(c) तमिळनाडू, आंध्र प्रदेश, कर्नाटक
(d) गुजरात, महाराष्ट्र, कर्नाटक, तमिळनाडू

(४८२) कोणत्या व्यापारी मालाची ने-आण रेल्वेमार्फत, भारतात सर्वाधिक प्रमाणात केली जाते?
(a) लोखंड (आयर्न) आणि स्टील
(b) दगडी कोळसा (कोल)
(c) खनिज तेल (मिनरल ऑइल)
(d) धातव (मेटॅलिक) कच्चे धातू (ओअर्स) - (लोखंड (आयर्न) धातूव्यतिरिक्त)

(४८३) राष्ट्रीय आंतर्देशीय जलमार्ग नंबर - १ (नॅशनल इनलँड वॉटरवे नं. १) कुठून जातो?
(a) हल्दिया ते अलाहाबाद (b) सादिया ते धुब्री
(c) कोट्टापूरम ते कोलम (d) पाटणा ते अलाहाबाद

(४८४) राष्ट्रीय जलमार्ग व्यवस्था (नॅशनल हावये सिस्टीम), ही कोणाची जबाबदारी आहे?
(a) राज्य सरकार (स्टेट गव्हर्नमेंट)
(b) केंद्रीय सरकार (सेंट्रल गव्हर्नमेंट)
(c) रस्तेविषयक एक खास अधिकार मंडळ (स्पेशल रोड्स अथॉरिटी)
(d) राज्य सरकार आणि केंद्रीय सरकार

(४८५) हवाई वाहतूक उद्योगाचे (एयर ट्रान्सपोर्ट इंडस्ट्री) राष्ट्रीयीकरण कधी झाले?
(a) १९५३ (b) १९५० (c) १९४८ (d) १९४७

(४८६) भारतातील उपग्रह बांधणी केंद्र (सॅटलाइट कंस्ट्रक्शन सेंटर) इथे आहे.

(a) पीनया   (b) श्रीहरीकोटा   (c) थुंबा   (d) बेंगलोर

(४८७) भारतात किती पिनकोड (पी. आय. एन. - पोस्टल इंडेक्स नंबर) विभाग आहेत?

(a) ६   (b) ७   (c) ८   (d) ९

(४८८) पुढीलपैकी कोणता रेल्वे विभाग (झोन्स) आणि त्याचे मुख्य कार्यालयाचे स्थान (हेडक्वार्टर) चूक आहे?

(a) उत्तर - पूर्व - गोरखपूर   (b) दक्षिण - पश्चिम - बंगळूरू

(c) पूर्व - कोलकता   (d) पश्चिम - मुंबई

(४८९) भारतामध्ये जरी उद्योगासाठी प्रसिद्ध असलेले शहर कोणते आहे?

(a) भोपाळ   (b) लखनऊ   (c) आग्रा   (d) कानपूर

(४९०) खालीलपैकी कोणती जोडी चूक आहे?

	देश	ज्वालामुखी
(a)	फिलीपाईन्स	माउंट पिनाटुबो
(b)	जपान	माउंट फुजियामा
(c)	पेरू	गुलातिरी
(d)	इटली	माउंट एटना

(४९१) खालीलपैकी कोणती जोडी चूक आहे?

	सागरीप्रवाह	महासागर
(a)	एल निनो प्रवाह	उत्तर पॅसिफिक
(b)	बेंग्वेला प्रवाह	दक्षिण अटलांटिक
(c)	क्युरोशिओ प्रवाह	उत्तर पॅसिफिक
(d)	कॅनरी प्रवाह	उत्तर अटलांटिक

(४९२) खालीलपैकी कोणता देश संयुक्त राष्ट्रसंघाचा (UN) सदस्य नाही?

(a) तुवालु   (b) टोंगो   (c) स्लोव्हेनिया   (d) कोसोव्हा

(४९३) एकविसाव्या शतकातील सर्वात दीर्घकाळ (६ मिनिटे ३९ सेकंद) असणारे सूर्यग्रहण कोणत्या दिवशी पार पडले?

(a) २२ जुलै २००९   (b) २० मार्च २००८

(c) १५ डिसेंबर २००८   (d) २० जानेवारी २०१०

(४९४) खालीलपैकी कोणते जागतिक आश्चर्य नवीन सात जागतिक आश्चर्यांपैकी नाही?

(a) चीनची भिंत

(b) ताजमहाल

(c) रिओ-डी जिनेरो येथील येशूख्रिस्ताचा पुतळा

(d) आयफेल टॉवर

(४९५) खालीलपैकी कोणता प्रदेश संयुक्त राजसत्तेचा (United Kingdom) चा भाग नाही?

    (a) इंग्लंड   (b) स्कॉटलंड   (c) वेल्स   (d) आयर्लंड

(४९६) संयुक्त राज्य अमेरिकेमध्ये एकूण किती राज्ये आहेत?

    (a) ५०   (b) ३५   (c) २५   (d) २२

(४९७) संयुक्त राज्य अमेरिकेतील 'वॉशिंग्टन' हे राजधानीचे शहर कोणत्या संघीय जिल्ह्याची राजधानी आहे?

    (a) न्यू जर्सी   (b) मिनेसोटा   (c) कोलंबिया (d) कॅलिफोर्निया

(४९८) भारतामध्ये रबर उत्पादनामध्ये खालीलपैकी कोणत्या राज्याचा समावेश होत नाही?

    (a) केरळ   (b) आसाम   (c) त्रिपुरा   (d) पश्चिम बंगाल

(४९९) 'लक्षद्वीप' हा द्वीपसमूह किती बेटांचा मिळून बनलेला आहे?

    (a) ११   (b) २३   (c) ३६   (d) ३९

(५००) खालीलपैकी कोणते पर्यटनस्थळ 'उत्तराखंड' या राज्यात नाही?

    (a) मसूरी   (b) हरिद्वार   (c) नैनीताल (d) मनाली

◆◆◆

उत्तरे

१. आपले विश्व - Our Universe

1. c 2. d 3. b 4. a 5. c 6. d 7. d 8. a 9. a 10. d
11. d 12. b 13. b 14. a 15. d 16. a 17. c 18. a 19. b 20. a
21. a 22. c 23. c 24. d 25. a 26. c 27. d 28. a 29. c 30. a
31. b 32. a 33. b 34. b 35. b 36. d 37. a 38. b 39. d 40. d
41. b 42. b 43. c 44. b 45. a 46. b 47. c 48. b 49. a 50. b

२. आपली पृथ्वी - Our Earth

1. b 2. c 3. d 4. a 5. b 6. d 7. a 8. d 9. a 10. a
11. a 12. c 13. b 14. c 15. c 16. c 17. b 18. b 19. a 20. b
21. b 22. d 23. a 24. a 25. d 26. c 27. c 28. c 29. c 30. c
31. a 32. d 33. b 34. b 35. a 36. c 37. b 38. d 39. a 40. c
41. a 42. a 43. c 44. b 45. b 46. a 47. a 48. d 49. a 50. a

३. ऐतिहासिक भूगोल - Historical Geography

1. d 2. d 3. b 4. c 5. b 6. d 7. a 8. a 9. d 10. a
11. a 12. c 13. b 14. b 15. a 16. a 17. b 18. d 19. a 20. d
21. c 22. d 23. a 24. c 25. a 26. d 27. d 28. d 29. a 30. c
31. c 32. d 33. b 34. b 35. c 36. a 37. b 38. c 39. d 40. a
41. a 42. a 43. c 44. b 45. b 46. d 47. a 48. a 49. c 50. c

४. भू विज्ञान - Earth Sciences

1. d 2. c 3. c 4. a 5. b 6. c 7. c 8. c 9. d 10. d
11. b 12. a 13. d 14. d 15. b 16. d 17. c 18. d 19. a 20. b
21. d 22. d 23. b 24. c 25. c 26. b 27. c 28. d 29. d 30. c
31. a 32. b 33. d 34. b 35. d 36. d 37. a 38. a 39. a 40. d
41. d 42. b 43. c 44. d 45. b 46. b 47. d 48. b 49. b 50. b

५. पर्वत आणि ज्वालामुखी - Mountains & Volcanoes

1. b	2. c	3. b	4. a	5. a	6. a	7. a	8. c	9. b	10. c
11. b	12. c	13. b	14. c	15. d	16. b	17. d	18. b	19. b	20. c
21. b	22. d	23. a	24. d	25. a	26. d	27. d	28. d	29. d	30. a
31. c	32. c	33. b	34. c	35. a	36. b	37. d	38. d	39. a	40. a
41. c	42. d	43. a	44. b	45. a	46. d	47. b	48. a	49. d	50. a

६. वाळवंटे - Deserts

1. b	2. b	3. b	4. d	5. b	6. d	7. d	8. d	9. c	10. c
11. b	12. c	13. c	14. b	15. a	16. b	17. d	18. d	19. d	20. c
21. a	22. c	23. d	24. a	25. b	26. b	27. c	28. c	29. a	30. b
31. a	32. b	33. c	34. b	35. b	36. a	37. a	38. b	39. b	40. d
41. d	42. c	43. d	44. a	45. a	46. b	47. d	48. a	49. a	50. d

७. जलाशये - Water Bodies

1. a	2. c	3. a	4. b	5. a	6. d	7. c	8. b	9. c	10. c
11. a	12. b	13. b	14. c	15. c	16. b	17. c	18. b	19. c	20. a
21. b	22. d	23. b	24. b	25. b	26. d	27. a	28. c	29. c	30. a
31. c	32. d	33. a	34. c	35. b	36. a	37. a	38. a	39. d	40. c
41. c	42. a	43. c	44. a	45. c	46. c	47. c	48. b	49. a	50. b

८. नद्या आणि धबधबे - Rivers and Waterfalls

1. a	2. c	3. d	4. d	5. a	6. a	7. c	8. b	9. d	10. a
11. b	12. a	13. d	14. a	15. d	16. a	17. a	18. d	19. b	20. b
21. a	22. b	23. a	24. a	25. c	26. d	27. c	28. c	29. a	30. a
31. c	32. c	33. c	34. b	35. a	36. c	37. d	38. b	39. a	40. b
41. d	42. a	43. a	44. a	45. a	46. c	47. b	48. d	49. a	50. a

९. द्वीप - Islands

1. d	2. b	3. c	4. a	5. a	6. b	7. b	8. a	9. d	10. d
11. a	12. b	13. c	14. b	15. a	16. a	17. b	18. c	19. d	20. b
21. a	22. b	23. d	24. d	25. c	26. d	27. b	28. a	29. b	30. c
31. a	32. d	33. a	34. b	35. b	36. a	37. b	38. a	39. d	40. b
41. b	42. a	43. c	44. a	45. b	46. b	47. d	48. c	49. a	50. a

१०. द्वीपकल्प आणि भूशिर - Peninsulas and Capes

1. a   2. a   3. d   4. c   5. b   6. c   7. a   8. a   9. c   10. b
11. a   12. d   13. b   14. a   15. c   16. d   17. d   18. a   19. b   20. c
21. d   22. a   23. a   24. b   25. c   26. c   27. a   28. c   29. c   30. b
31. d   32. d   33. b   34. b   35. a   36. b   37. d   38. a   39. a   40. d
41. a   42. b   43. c   44. c   45. d   46. d   47. b   48. d   49. a   50. a

११. ध्रुवीय प्रदेश - Polar Regions

1. c   2. d   3. c   4. c   5. b   6. c   7. d   8. b   9. b   10. a
11. b   12. c   13. c   14. b   15. b   16. d   17. a   18. c   19. c   20. b
21. c   22. a   23. b   24. c   25. b   26. c   27. b   28. d   29. c   30. a
31. d   32. a   33. c   34. a   35. d   36. d   37. c   38. c   39. d   40. c
41. d   42. b   43. a   44. a   45. c   46. a   47. d   48. a   49. a   50. c

१२. हिमनदी - Glaciers

1. c   2. b   3. c   4. c   5. a   6. a   7. d   8. d   9. c   10. a
11. b   12. d   13. d   14. a   15. c   16. c   17. c   18. a   19. c   20. b
21. b   22. b   23. c   24. a   25. c   26. c   27. c   28. b   29. c   30. d
31. d   32. d   33. d   34. d   35. a   36. b   37. a   38. b   39. c   40. c
41. a   42. c   43. d   44. c   45. d   46. b   47. c   48. b   49. c   50. d

१३. भूमी आणि लोक - Lands and People

1. b   2. b   3. b   4. a   5. c   6. a   7. b   8. b   9. c   10. c
11. d   12. b   13. a   14. b   15. c   16. b   17. a   18. c   19. b   20. a
21. a   22. b   23. b   24. c   25. a   26. b   27. b   28. b   29. a   30. b
31. a   32. c   33. c   34. a   35. a   36. a   37. b   38. b   39. d   40. c
41. b   42. b   43. a   44. d   45. b   46. c   47. c   48. d   49. b   50. c

१४. राजधान्या आणि शहरे - Capitals and Cities

1. c   2. d   3. a   4. a   5. b   6. c   7. b   8. a   9. a   10. a
11. d   12. b   13. a   14. b   15. b   16. c   17. b   18. b   19. d   20. c
21. c   22. b   23. a   24. a   25. d   26. a   27. c   28. c   29. a   30. c
31. b   32. a   33. c   34. a   35. b   36. b   37. b   38. d   39. a   40. c
41. d   42. c   43. c   44. a   45. a   46. a   47. b   48. d   49. b   50. c

१५. सुप्रसिद्ध इमारती - Famous Structures

1. c 2. d 3. a 4. c 5. d 6. d 7. c 8. b 9. c 10. b
11. a 12. a 13. a 14. b 15. b 16. a 17. b 18. b 19. c 20. c
21. a 22. c 23. c 24. b 25. c 26. a 27. d 28. b 29. a 30. c
31. c 32. b 33. a 34. c 35. c 36. b 37. b 38. d 39. a 40. b
41. b 42. b 43. a 44. b 45. c 46. a 47. c 48. a 49. c 50. d

१६. टोपणनावे - Sobriquets

1. c 2. a 3. a 4. b 5. c 6. c 7. a 8. b 9. c 10. b
11. c 12. d 13. a 14. a 15. b 16. a 17. b 18. b 19. c 20. c
21. b 22. b 23. c 24. a 25. d 26. b 27. b 28. a 29. c 30. c
31. a 32. b 33. d 34. c 35. a 36. c 37. b 38. d 39. c 40. d
41. d 42. a 43. c 44. a 45. b 46. b 47. a 48. c 49. c 50. d

१७. भौगोलिक संज्ञा - Geographical Terms

1. c 2. c 3. a 4. a 5. a 6. a 7. a 8. a 9. d 10. c
11. c 12. a 13. b 14. b 15. a 16. c 17. d 18. c 19. c 20. c
21. c 22. a 23. d 24. c 25. b 26. a 27. c 28. b 29. b 30. a

१८. संकीर्ण - Miscellenous

1. b	2. a	3. a	4. a	5. b	6. d	7. b
8. c	9. b	10. b	11. b	12. c	13. b	14. a
15. a	16. c	17. c	18. c	19. b	20. c	21. a
22. d	23. d	24. a	25. c	26. a	27. b	28. a
29. c	30. a	31. b	32. b	33. b	34. b	35. a
36. a	37. b	38. b	39. b	40. c	41. b	42. a
43. a	44. a	45. d	46. c	47. d	48. d	49. a
50. d	51. b	52. d	53. a	54. b	55. b	56. b
57. b	58. b	59. d	60. b	61. b	62. c	63. a
64. b	65. b	66. c	67. c	68. b	69. b	70. b
71. d	72. b	73. b	74. a	75. c	76. b	77. b
78. c	79. a	80. c	81. a	82. b	83. b	84. d
85. c	86. a	87. b	88. c	89. d	90. b	91. b
92. b	93. c	94. c	95. c	96. c	97. c	98. c
99. d	100. c	101. c	102. b	103. c	104. a	105. d

106. b	107. d	108. a	109. a	110. c	111. a	112. b
113. b	114. c	115. a	116. a	117. c	118. d	119. c
120. a	121. d	122. d	123. c	124. a	125. a	126. a
127. b	128. a	129. c	130. d	131. c	132. c	133. b
134. a	135. b	136. b	137. c	138. b	139. a	140. b
141. a	142. a	143. a	144. b	145. b	146. b	147. c
148. d	149. d	150. d	151. d	152. c	153. c	154. a
155. a	156. c	157. d	158. c	159. c	160. c	161. b
162. c	163. d	164. b	165. c	166. a	167. a	168. c
169. b	170. b	171. c	172. d	173. c	174. b	175. a
176. b	177. c	178. b	179. c	180. a	181. a	182. a
183. a	184. c	185. a	186. a	187. d	188. d	189. a
190. c	191. a	192. a	193. a	194. b	195. a	196. c
197. b	198. a	199. a	200. d	201. b	202. a	203. c
204. b	205. a	206. c	207. c	208. b	209. b	210. b
211. a	212. c	213. b	214. d	215. d	216. a	217. c
218. b	219. c	220. d	221. a	222. a	223. c	224. b
225. c	226. a	227. a	228. a	229. b	230. d	231. b
232. b	233. d	234. a	235. c	236. c	237. a	238. c
239. a	240. c	241. a	242. c	243. a	244. a	245. c
246. c	247. c	248. c	249. a	250. c	251. b	252. b
253. c	254. a	255. a	256. a	257. d	258. b	259. c
260. b	261. a	262. d	263. b	264. c	265. c	266. c
267. a	268. c	269. a	270. a	271. a	272. a	273. c
274. c	275. a	276. b	277. d	278. a	279. c	280. c
281. a	282. b	283. d	284. b	285. b	286. a	287. a
288. a	289. b	290. b	291. a	292. d	293. c	294. a
295. b	296. d	297. b	298. c	299. a	300. b	301. c
302. d	303. c	304. b	305. d	306. d	307. c	308. a
309. b	310. b	311. d	312. b	313. b	314. a	315. b
316. b	317. b	318. c	319. a	320. b	321. b	322. b
323. b	324. a	325. b	326. c	327. a	328. c	329. b
330. b	331. d	332. a	333. b	334. b	335. a	336. a
337. b	338. b	339. a	340. b	341. b	342. b	343. c
344. b	345. d	346. c	347. c	348. d	349. c	350. b
351. b	352. b	353. c	354. c	355. d	356. b	357. b

358. d	359. b	360. c	361. c	362. c	363. b	364. a
365. c	366. c	367. d	368. b	369. a	370. d	371. c
372. b	373. b	374. b	375. c	376. c	377. c	378. b
379. d	380. a	381. b	382. c	383. d	384. b	385. c
386. b	387. d	388. c	389. b	390. d	391. b	392. d
393. b	394. b	395. b	396. d	397. a	398. d	399. d
400. d	401. b	402. b	403. b	404. b	405. b	406. c
407. c	408. c	409. d	410. d	411. a	412. d	413. d
414. a	415. a	416. d	417. a	418. b	419. b	420. d
421. c	422. b	423. c	424. a	425. b	426. c	427. a
428. c	429. c	430. d	431. b	432. a	433. c	434. d
435. c	436. b	437. a	438. a	439. d	440. b	441. b
442. a	443. a	444. d	445. d	446. a	447. d	448. c
449. b	450. c	451. d	452. b	453. c	454. a	455. b
456. c	457. d	458. a	459. d	460. d	461. d	462. b
463. a	464. b	465. a	466. a	467. b	468. a	469. b
470. a	471. b	472. b	473. b	474. c	475. a	476. a
477. b	478. c	479. b	480. c	481. a	482. b	483. a
484. b	485. a	486. a	487. c	488. b	489. a	490. c
491. a	492. d	493. a	494. d	495. d	496. a	497. c
498. d	499. c	500. d				

◆◆◆

www.ingramcontent.com/pod-product-compliance
Lightning Source LLC
Chambersburg PA
CBHW070705280626
47159CB00022B/2095
9788184833300